யயாதி

● அன்பார்ந்த வாசகருக்கு,

வணக்கம்.

காலச்சுவடு நூலை வாங்கியமைக்கு நன்றி.

நூலின் உள்ளடக்கம், உருவாக்கம், அட்டைப்படம் இன்ன பிற அம்சங்கள் பற்றிய உங்கள் கருத்துகளையும் ஆலோசனைகளையும் காலச்சுவடு வரவேற்கிறது. தகவல், எழுத்து, வாக்கியப் பிழைகள் தென்பட்டால் கட்டாயம் தெரிவித்து உதவுங்கள். நூல் தயாரிப்பில் கடும் குறைபாடு இருப்பின் மாற்றுப் பிரதி உங்களுக்குக் கிடைக்கக் காலச்சுவடு ஏற்பாடு செய்யும்.

மின்னஞ்சல்: **publisher@kalachuvadu.com**

காலச்சுவடு நாகர்கோவில் அலுவலகத்துக்குக் கடிதம் அனுப்பலாம்.

தங்கள்
எஸ்.ஆர். சுந்தரம் (கண்ணன்)
பதிப்பாளர் – நிர்வாக இயக்குநர்

யயாதி

கிரீஷ் கார்னாட் (பி. 1938 - 2019)

மகாராஷ்டிரத்தில் மாதேரான் என்னும் சிற்றூரில் பிறந்தவர். கர்நாடகத்தில் உள்ள சிர்சியில் பள்ளிப் படிப்பையும் தார்வாட் பல்கலைக்கழகத்தில் இளங்கலைப் பட்டப் படிப்பையும் இங்கிலாந்தில் ஆக்ஸ்போர்டு பல்கலைக்கழகத்தில் முதுகலைப் பட்டப் படிப்பையும் முடித்தார். சிகாகோ பல்கலைக்கழகத்தில் வருகைதரு பேராசிரியராகவும் லண்டனில் உள்ள நேரு மையத்தின் இயக்குநராகவும் சங்கீத நாடக அகாதெமியின் தலைவராகவும் தேசிய நிகழ்கலை அகாதெமியின் தலைவராகவும் பல்வேறு காலகட்டங்களில் பணிபுரிந்தவர். வரலாறு, தொன்மம், நாட்டுப்புறக் கதைகள் ஆகியவற்றைப் பின்னணியாகக்கொண்ட இவருடைய நாடகங்கள் தேசிய அளவிலும் உலக அளவிலும் வரவேற்புப் பெற்றவை. 13 நாடகங்களும் ஒரு தன்வரலாற்று நூலும் இவருடைய படைப்புகள். ஆங்கிலத்திலும் பல்வேறு இந்திய மொழிகளிலும் இவை மொழிபெயர்க்கப்பட்டுள்ளன. 1972இல் சங்கீத நாடக அகாதெமி விருது, 1974இல் பத்மஸ்ரீ விருது, 1992இல் பத்மபூஷன் விருது, 1994இல் சாகித்திய அகாதெமி விருது, 1998இல் ஞானபீட விருது, காளிதாஸ் சம்மான் விருது பெற்றவர்.

பாவண்ணன் (பி. 1958)

மொழிபெயர்ப்பாளர்

நவீன தமிழ்ச் சிறுகதைப் படைப்பாளிகளின் வரிசையில் முக்கியமானவர் பாவண்ணன். இயற்பெயர் ப. பாஸ்கரன். சிறுகதை, குறுநாவல், கவிதை, நாவல், கட்டுரை, சிறார் பாடங்கள், சிறார் கதைகள் என எல்லா இலக்கிய வடிவங்களிலும் கடந்த நாற்பது ஆண்டுகளாகத் தொடர்ந்து எழுதி வருகிறார்.

ஐந்து நாவல்கள், பதின்மூன்று நாடகங்கள், இரண்டு தலித் சுயசரிதைகள், ஒரு சிறுகதைத் தொகுதி, கன்னட தலித் எழுத்துகளைப் பற்றிய அறிமுக நூல், நவீன கன்னட இலக்கிய முயற்சிகளை அடையாளப் படுத்தும் இரண்டு தொகைநூல்கள் என எண்ணற்ற படைப்புகளைக் கன்னடத்திலிருந்து தமிழில் மொழிபெயர்த்துள்ளார்.

'பருவம்' என்னும் கன்னட நாவலை மொழிபெயர்த்தமைக்காக 2005இல் சாகித்திய அகாதெமி விருது பெற்றவர். 2018இல் இந்திய – அமெரிக்க வாசகர் வட்டம் வாழ்நாள் சாதனையாளர் விருதளித்தது. 2019ஆம் ஆண்டின் விளக்கு விருது இவருக்கு வழங்கப்பட்டது. வாழ்நாள் சாதனைக்காக கனடா தமிழ் இலக்கியத் தோட்டம் அமைப்பு 2023இல் இயல் விருது வழங்கியது.

மனைவி: அமுதா. மகன்: அம்ரிதா மயன் கார்க்கி.

மின்னஞ்சல்: writerpaavannan2015@gmail.com

கிரீஷ் கார்னாட்

யயாதி

கன்னடத்திலிருந்து தமிழில்
பாவண்ணன்

காலச்சுவடு பதிப்பகம்

யயாதி ◆ நாடகம் ◆ஆசிரியர்: கிரீஷ் கார்னாட் ◆ © சரஸ்வதி கணபதி ◆ கன்னடத்திலிருந்து தமிழில்: பாவண்ணன் ◆ மொழிபெயர்ப்பு ©பாவண்ணன் ◆ முதல் பதிப்பு: டிசம்பர் 2023 ◆ வெளியீடு: காலச்சுவடு பப்ளிகேஷன்ஸ் (பி) லிட்., 669 கே.பி. சாலை, நாகர்கோவில் 629001

காலச்சுவடு வெளியீடு: 1235

yayaati ❖ Play ❖ Author: Girish Karnad ❖ © Saraswathy Ganapathy ❖ Translated from Kannada by: Paavannan ❖ Translation © Paavannan ❖ Language: Tamil ❖ First Edition: December 2023 ❖ Size: 14 x 15cm ❖ Paper: 18.6 kg maplitho ❖ Pages: 136

Published by Kalachuvadu Publications Pvt. Ltd., 669 K.P. Road, Nagercoil 629001, India ❖ Phone: 91-4652-278525 ❖ e-mail: publications@kalachuvadu.com ❖ Printed at Compuprint Premier Design House, Chennai 600086

ISBN: 978-81-19034-34-5

12/2023/S.No. 1235, kcp 4778, 18.6 (1) rss

யயாதி

பாத்திரங்கள்

சூத்திரதாரி

நடிகை

தேவயானி - யயாதியின் மனைவி, சுக்கிராச்சாரியாரின் மகள்

சுவர்ணலதா - தேவயானியின் பணிப்பெண்

சர்மிஷ்டை - அசுரர்களின் அரசருடைய மகள்

தேவயானியின் தோழி மற்றும் பணிப்பெண்

யயாதி - சந்திரவம்சத்தின் அரசன்

புரு - யயாதியின் மகன்

சித்திரலேகா - புருவின் மனைவி, அங்கதேச அரசருடைய மகள்

ஒன்று

(இருள் கவிந்திருக்கும் மேடையில் மெல்ல வெளிச்சம் படரத் தொடங்குகிறது. பின்னணியில் வாத்தியங்கள் முழங்கும் ஓசையும் நடனமும் இசையும் சேர்ந்தொலிக்கும் ஓசையும் முதலில் மெல்லக் கேட்கிறது. பிறகு படிப்படியாக அவ்வோசை உயர்கிறது. இரண்டு நிமிடங்கள்வரை இந்த இசை ஒலிக்கிறது. அதற்குப் பிறகு சூத்திரதாரி அரங்கத்தில் நுழைகிறான். அவனைப் பின்தொடர்ந்தபடி நடிகையும் வருகிறாள். சூத்திரதாரி ஒருமுறை அவளைப் பார்த்துப் புன்னகைக்கிறான். பிறகு, பார்வையாளர்கள் பக்கம் திரும்பி வணங்குகிறான்.)

சூத்திரதாரி : *(கைகளை உயர்த்தி)* கேளுங்கள்... கேளுங்கள்...

(பின்னணி இசை மெல்லமெல்லக் குறைந்துவந்து, இறுதியில் இல்லாமல் ஆகிறது.)

நான் சூத்திரதாரி. இங்கே கூடியிருக்கிற பார்வையாளர்களுக்கு ஒரு நாடகத்தை நடித்துக்காட்ட இருக்கிறோம். இது ஒரு புராண நாடகம். யாருக்கும் தெரியாத நமது இறந்த காலத்தின் ஒரு பக்கம். இறந்த காலத்தைப் பார்க்கிறவனும் வழி தடுமாறி அறிமுகமே இல்லாத ஏதோ ஒரு பண்பாட்டின் எச்சங்கள் நிறைந்திருக்கும் கல்லறையொன்றில் இறங்குகிறவனும் ஒரே தரத்தினர் என்றே சொல்ல வேண்டும். இறந்த காலத்தின் எதிரொலிகளை அவன் நிகழ்காலத்தின் காதுகளால் கேட்க வேண்டும்.

நாங்களெல்லாம் அப்படிப்பட்டவர்களே. கரையோரமாக உட்கார்ந்து, ஆற்றில் பாய்ந்துவரும் புது வெள்ளத்தின் அழகில் உலகத்தைப் பார்ப்பவர்களைப் போன்றவர்கள். ஆற்றின் போக்கில் காணப்படும் எதிரெதிர் ஓட்டங்களில் தெரியும் மாற்றங்கள் எல்லாம் அவரவர்கள் பார்க்கிற பார்வையைப் பொறுத்தது. அதை உண்மை என்று ஏற்றுக்கொள்வதிலேயே ஒருவனுடைய ஆனந்தம் இருக்கிறது. சுவையுணர்வும் இருக்கிறது. அது மட்டுமின்றி ஆற்றின் ஆழத்தைச் சரியான வகையில் அறிய வேண்டுமென்றால் அவன் தன் நிழலை அதில் காண வேண்டும். உண்மை என்பது அந்த நிழலைப் போன்றது.

இங்கேயும் அதே கதைதான். நீங்கள் பார்க்க இருக்கிற வாழ்க்கை புராண காலத்துக்குச் சொந்தமானது என்றாலும், அடிப்படையில் அது ஒரு நாடகம். அதன் சம்பவங்களை, அவற்றில் நிகழ்கிற எல்லா வகையான மாற்றங்களோடும் திருப்பங்களோடும் ஏற்றுக்கொள்வதைத் தவிர வேறு வழியில்லை. புராணங்களின் உண்மை என்பது நாடகப்

பாத்திரங்களுக்கும் அவற்றின் செயல்பாடுகளுக்கும், மேடையின் நீள அகலங்களுக்கும் உட்பட்டதாகும். இது பழைய காலத்துக் கதையாக இருந்தாலும், அதைப் பார்க்கும் போது நம் முன் விரிகிற நம் நிழலை, அக்கதையின் ஒரு பகுதி யாக ஏற்றுக்கொளவது நம் பொறுப்பு.

இப்பொறுப்பில் அடங்கியுள்ள ஆனந்தத்தையும் மயக் கத்தையும் சாதாரண ரசிகர்களும் அடைய முடியும், மெத்தப் படித்தவர்களும் அடைய முடியும். இப்படிப்பட்ட பொறுப்பிலேயே நம் வாழ்வின் ஆனந்தமும் அடங்கி யிருக்கிறது.

கடந்துபோன புராணத்துக்குள் தேடுதல் வேட்டை ஏன் நடத்த வேண்டும் என்று கேட்பதுபோலக் கூன்விழுந்து நிற்கும் கிழவன், பாவத்தின் இருளில் இடறி விழுந்த கசப்பில் பக்தியின் இருளில் தட்டுத் தடுமாறி நடக்கும் பற்றுகளைத் துறந்தவன், மரணத்தின் எச்சரிக்கையைப் போலவும் மறக்க முடியாத நினைவைப் போலவும் மௌனமாக என்னைத் தொடர்ந்து வரும் இந்த ஊமை நடிகை – இவர்கள் அனைவரின் வழிகளிலும் இருந்தது ஒரே விஷயமே.

போதி மரமல்ல, பொறுப்பென்னும்... சிலுவை. அதையே சுமக்க வேண்டும். இறுதியில் அதிலேயே தொங்க வேண்டும்...

அடடா, மறந்தேபோனேன் ... இன்று நம் மேடையில் அந்தப்புரத்தின் தோற்றம் கட்டியமைக்கப்பட்டிருக்கிறது. யயாதியின் அரண்மனை உப்பரிகையின்மேல் கட்டி யெழுப்பப்பட்ட அந்தப்புரம். யயாதியின் மகன் புரு கல்விப்

பயிற்சியை முடித்துக்கொண்டு நகரத்துக்குத் திரும்பிக் கொண்டிருக்கிறான். தன் இளம் மனைவியான அங்க தேசத்து அரசகுமாரி சித்திரலேகாவையும் தன்னோடு அழைத்துக்கொண்டு வருகிறான்.

(மேற்கண்ட விஷயங்கள் எல்லாம் நடை பெற்றுவரும்போதே பின்பக்கமாகச் சாளரத்தின் அருகில் நெருங்கிவந்து நிற்கிறாள் நடிகை. வெளியே பார்க்கிறாள். சூத்திரதாரியும் அங்கே சென்று, பார்த்துவிட்டுத் திரும்பி வருகிறான்.)

அரண்மனைக்கு வெளியே வளாகத்தில் பொதுமக்கள் மெல்லமெல்லச் சேரத் தொடங்கிவிட்டார்கள். இளவரசரையும் இளவரசியையும் பார்க்க வேண்டுமென்கிற ஆவல் அவர்கள் முகங்களில் சுடர்விடுகிறது. அவர்கள் இருவரும் வர வேண்டும், இந்த மஞ்சத்தில் ஒரு இந்திரன் உருவாக வேண்டும். அவன் அங்கே புதிய வாழ்வின் விதையை நட்டு, மரணத்தை எதிர்நோக்கியபடி காலத்தைக் கழிக்க வேண்டும். பரத கண்டத்தின் வீரக்குழந்தைகள் தன் குழந்தைப் பருவத்தில் பிஞ்சுப் பற்களால் பதித்த தடத்தைத் தம் மார்புகளில் பூரிப்போடு ஏற்றுக்கொள்ள வேண்டும். ஆனால், எழுதிவைத்த எழுத்தின்படியே நடப்பதெல்லாம் நடக்கிறது! ஆனால் நம்மிடமோ அந்த எழுத்து அடங்கிய வரைபடம் எதுவும் இல்லை. மெல்லிய இழைகளைக் கொண்ட சிலந்தி வலை மட்டும் இருக்கிறது.

ஒருசில சமயங்களில் நாம் நடந்துசெல்லும் வழியில், நம் வழி பிளவுபட்டு இரண்டாவதில்லையா? நாம் ஒன்றை மட்டுமே தேர்ந்தெடுக்கலாம். நம் இலக்கு என்ன என்பதையும்

அது தத்துவார்த்தமாக உணர்த்திவிடும். ஆனால், நமக்குப் பின்னால், காதருகே ஒலிக்கும் ஒரு குரல் ஒரு கேள்வியைக் கேட்கிறது. அந்த இன்னொரு பாதையில் சென்றிருந்தால் என்ன நேர்ந்திருக்கும்? என்னென்னமோ நிகழ்ந்திருக்கலாம். ஆனால்...

அந்த வழியின் ரகசியம் அத்துடன் ரகசியமாகவே இருக்க வேண்டும். நாம் நம் கலப்பையைச் சுமந்துகொண்டு முன்னால் நடக்க வேண்டும். நாம் புனைந்த பாட்டிக் கதையை நாமே வாழ வேண்டும்.

இதுவே வாழ்வின் துரதிருஷ்டவசமான அம்சம். இதுவே நம்பிக்கைவாதத்தின் அடிப்படை. இதுவே நம் நாடகம். பிறகு நடந்ததென்ன என்பதை நான் எப்படிச் சொல்வது? நான் சூத்திரதாரி. என் விரல்களிலிருந்து உருவாகிச் செல்லும் கண்ணுக்குப் புலப்படாத சூத்திரங்கள் என் கண்ணுக்கும் புலப்படுவதில்லை. பாத்திரங்களுக்கும் புலப்படுவதில்லை. அருள் மிகுந்த கண்கள் இருந்தால் உங்களால் பார்க்க முடியும். பார்க்க முடியாவிட்டாலும் பரவாயில்லை. பாத்திரங்கள் நடிக்கிறார்கள். அனுபவிக்கிறார்கள். மேடை வெளிச்சத்தில் கண்ணுக்குப் புலப்பட்ட வழியில் நடக்கிறார்கள். எனக்கும் உங்களுக்கும் அவர்களுடன் எவ்விதமான உறவும் இல்லை. சற்றே ஓய்வெடுக்கலாம் என்கிற எண்ணத்தில் நிகழ்காலத்தில் ஒருசில கணங்கள் தத்தம் பாவ புண்ணியங்களின் மூட்டையைப் பிரித்து வைக்கின்றன. பார்ப்பது மட்டுமே நம் வேலை. இதுவே நம் நாடகம்.

(வணங்குகிறான். மெல்லமெல்ல மேடையில் இருள் படர்கிறது.

மேடையில் மீண்டும் வெளிச்சம் படரும்போது, கட்டிலில் அமர்ந்த நிலையில் சுவர்ணலதாவை அமைதிப்படுத்தியபடி இருக்கிறாள் தேவயானி. சுவர்ணலதா கட்டிலின் காலோடு ஒட்டியபடி தரையில் அமர்ந்து அழுதுகொண்டிருக்கிறாள்.)

தேவயானி : அழாதே சுவர்ணா. அவளைப் பொருட்படுத்த வேண்டாம் என்று உனக்கு எத்தனைமுறை சொன்னேன்? எழுந்திரு. இன்னும் அந்த அந்தப்புரத்தின் ஒப்பனை வேலையை முடிக்க வேண்டியிருக்கிறது.

சுவர்ணலதா : அந்தச் சண்டாளி... நீங்கள் தடுக்காவிட்டால் அவள் தலைமுடியைப் பிய்த்து வீசியெறிந்திருப்பேன்... நான் யாரென்று காட்டியிருப்பேன்... அந்த அரக்கிக்கு... குத்திக் குத்திப் பேசும் இந்தப் பேச்சு... இந்த வேதனை... நீங்களே கேட்டீர்கள் அல்லவா? என்னைக் குறித்துப் புகார் சொன்னபோது நான் ஏதாவது ஒரு வார்த்தை சொல்லி யிருப்பேனா? அதற்கப்புறம் அரசருக்கும் எனக்கும்...சீ... கடைசியில் என் கணவனையும் திட்டிவிட்டாள். ஐயோ, என்னால் நினைத்துக்கூடப் பார்க்க முடியவில்லையே...

தேவயானி : அட பைத்தியமே, அவள் நாக்கே அப்படித்தான் என்பது தெரியாதா உனக்கு? அவளைப் பொருட்படுத்து வதே தப்பு...

சுவர்ணலதா : *(கோபமாக)* என் மீது என்ன தப்பு? என் கணவன் என்னைக் கைவிட்டுவிட்டானாம்... நீங்களே சொல்லுங்கள், நான்...

தேவயானி : *(சலிப்போடு)* என்மீதுதான் தப்பு சுவர்ணா... உன்னிடம் சர்மிஷ்டையை விட்டதே தப்பு. கொஞ்சம்கூடக்

கோபத்தைக் காட்டாமலேயே அவள் இப்படிப் பேசிவிட்டுப் போவாள் என்று நினைத்துக்கூடப் பார்க்கவில்லை. இனிமேல், அவளை உன்னருகில் வரவிட மாட்டேன்.

சுவர்ணலதா : நீங்கள்கூட ஏன் இதையெல்லாம் சகித்துக்கொள்ள வேண்டும்? அவளை அந்த அரக்கர்களிடமே ஏன் திருப்பி அனுப்பவில்லை?

தேவயானி : சர்மிஷ்டையின் பேச்சே அப்படித்தான். ஆனால் அவள் மனத்தில் எந்தக் கெட்ட எண்ணமும் இல்லை. போ... வேலையைத் தொடங்கு . . . புரு இளவரசர் என்னைப் பார்ப்பது இதுவே முதன்முறை. எல்லாம் சரியாக இருக்க வேண்டும்...

சுவர்ணலதா : இரண்டு வருஷக் காலம் சகித்துக்கொண்டேன். இப்போது சகித்துக்கொள்ள முடியவில்லை . . . நேற்று அவள் அரசரை எப்படியெல்லாம் மூச்சுக்கூட விடாமல் திட்டினாள் தெரியுமா? நீங்கள் அவளை அமைதிப்படுத்தச் சென்றபோது, உங்களையும் தள்ளிவிட்டுப் போய்விட்டாள். இவ்வளவு நடந்த பிறகும் அவளுக்காக நீங்கள் ஏன் பரிந்து பேசுகிறீர்கள்? அவளுக்கு எதிராக – ஒரே ஒரு வாக்கியம் – ஒரே ஒரு வார்த்தைகூட நீங்கள் சொல்லவில்லை. அவள் உங்கள் தோழி என்பது உண்மைதான். அதே சமயத்தில் அவள் உங்களுக்குப் பணிப்பெண் என்பதும் உண்மை அல்லவா?

தேவயானி : சரி சரி, வீணாக வார்த்தையை வளர்க்க வேண்டாம். பேசாமல் இரு.

சுவர்ணலதா : இந்த ஒருமுறை மன்னித்துவிடுங்கள். நான் ஒரு விஷயம் சொல்லட்டுமா? நான் உங்களைவிட வயதில்

பெரியவள். கோபம்கொள்ளவில்லையென்றால் சொல் கிறேன்...

தேவயானி : *(நிலைகொள்ளாமல்)* ம், சரி, சொல்... ஆனால் சீக்கிரம் சொல்லி முடி...

சுவர்ணலதா : இப்படி அவளால் அளவுக்கு மீறி நீங்கள் சிரமங் களுக்கு உள்ளாக வேண்டாம். போகத்தைப் போலவே வேதனைகூட ஒருவிதப் பழக்கதோஷம் தேவி. ஒருமுறை அதில் லயிக்கத் தொடங்கிவிட்டால், அதைத் தவிர வாழ்வில் எதுவுமே பிடிக்காமல் போய்விடும். அதைவிட மரணம் எவ்வளவோ மேல்.

தேவயானி : *(அதிர்ந்து)* இது என்ன சுவர்ணா? நீ இப்படி யெல்லாம் பேசக்கூடியவள் என்று என்னால் கற்பனை கூடச் செய்துபார்க்க முடியவில்லையே...

சுவர்ணலதா : ஏன்? சுவர்ணலதா என்றால் சிரித்துக்கொண்டே இருப்பாள், தொணதொணவென்று பேசிக்கொண்டே இருப்பாள் என்று நினைத்துவிட்டீர்கள் அல்லவா?... ஒவ்வொரு நாளும் இரவு நேரத்தில் என் மனம் சூறாவளிக் காற்றில் அலைபாய்கிறது தேவி... பிடிக்க முடியாத நிழல்களின் காட்சியும் நடனமும் அரங்கேறிவிடுகின்றன. அந்தக் குரூரமான எண்ணங்களையெல்லாம் மூடி மறைப் பதற்காகவே இப்படியெல்லாம் பேசுகிறேன், சிரிக்கிறேன், சத்தமாக அழுகிறேன்... அப்புறம், சர்மிஷ்டையைக் கண்டால் அச்சமடைகிறேன்...

தேவயானி : அதற்கும் இதற்கும் என்ன தொடர்பு சுவர்ணா?

சுவர்ணலதா : அவளுடைய பேச்சில் குத்திக்காட்டும் தன்மை மட்டுமல்ல, உண்மையும் இருக்கிறது. என் மனத்தின் இருட்டு மூலைகளுக்குள் அடைந்திருக்கிற கெட்ட கனவுகளையெல்லாம் அகழ்ந்தெடுக்கிற சக்தியும் அவளுடைய பேச்சுக்கு இருக்கிறது. அதை என்னால் சகித்துக்கொள்ள முடியவில்லை.

தேவயானி : *(கருணையோடு)* பைத்தியக்காரி...

(சுவர்ணலதாவின் தலையை மெல்லத் தடவிவிடுகிறாள்.)

சுவர்ணலதா : இன்னும் நடக்கவில்லை... ஆனால் நடக்கக் கூடும்... *(தலையை உயர்த்தி)* இன்று இளவரசர் புரு வருகிறார் அல்லவா?... ஆரம்பத்திலேயே உங்களிடம் சொல்லி வைக்கிறேன். சர்மிஷ்டையின் வெறுப்பைக் கண்டு அஞ்சத் தேவையில்லை. ஆனால் உண்மையின் ஆற்றலோடு வெளிப்படும் அவளுடைய சாபத்துக்கு அஞ்ச வேண்டும்... தன்னிடம் உள்ள இந்த ஆற்றலைப் பற்றிய எண்ணம்கூட அவளிடம் இல்லை என்பதுதான் எல்லாவற்றிலும் மிகப்பெரிய அச்சம்.

தேவயானி : *(மனம் கசந்தவளாக)* ம், எதையெதையோ முணுமுணுத்துக்கொண்டே போக வேண்டாம். சர்மிஷ்டையைப் பற்றி நீ எனக்கு ஒன்றும் சொல்லத் தேவையில்லை. உன்னை இவ்வளவு நேரம் பேசவிட்டதே அதிகம்... இங்கே பார், இளவரசர் புரு வருகிற நேரமாகிவிட்டது. இன்னும் இங்கே எவ்விதமான அலங்காரமும் செய்யப்படவில்லை. அங்கே, அந்தப்புரம் அலங்கரிக்கப்பட்டுவிட்டதா?

சுவர்ணலதா : ம்...

யயாதி

தேவயானி : போ, பார்த்துவிட்டு வா... இரண்டு அந்தப்புரங்களும் அப்படியே இருக்கப்போகின்றன, போ...

(சுவர்ணலதா புறப்பட்டுச் செல்கிறாள். தேவயானி, கட்டிலில் சாய்ந்து கண்ணை மூடுகிறாள். கண்ணீர் வழிகிறது. அதே நேரத்தில், எந்த விதமான ஓசையும் இல்லாமல் சர்மிஷ்டை வந்து நிற்கிறாள். தேவயானி தேம்புகிறாள்.)

சர்மிஷ்டை : *(மிருதுவான குரலில்)* தேவி...

(தேவயானி அரக்கப்பரக்க எழுந்து அவள் பக்கமாகப் பார்க்கிறாள்)

(வெறுப்புத் தொனிக்கும் குரலில்) உன் அன்புக்குரிய அந்தச் செல்லப் பெண்மணி போய்விட்டாளா என்று பார்க்க வந்தேன்... இப்போதாவது தனிமையில் பார்க்கலாமா என்று நினைத்து வந்தேன். ஐயோ பாவம், தோழிகள் இல்லாத குறை தேவிக்கு நேர்ந்துவிடக் கூடாது...

தேவயானி : *(பலவீனமாக)* சர்மிஷ்டை, இப்படிப்பட்ட குதர்க்கமான பேச்சுகளால் உன் நிலை மாறிவிடப்போவதில்லை. சிற்சில சமயங்களில் உன்னை நினைத்தால் பாவமாகவும் இருக்கிறது...

(சர்மிஷ்டை ஓசையில்லாமல் சிரிக்கிறாள். அதைப் பொருட்படுத்தாமல்.)

உன்னைத் திரும்பவும் வீட்டுக்கே அனுப்பிவிடலாம் என்று தோன்றுகிறது. ஆனால் இப்படிப்பட்ட உன் போலித் தனங்களைப் பார்க்கும்போது...

சர்மிஷ்டை : போலித்தனமா? என்னிடமா? நான் ஏதேனும் தப்பு செய்திருந்தால் சொல்லுங்கள் அம்மா. திருத்திக் கொள்ள முயற்சி செய்கிறேன். பிறப்பால் நான் அசுரக் கன்னி. இது ஷத்திரியர்களின் அரண்மனை. நீயோ பிராமண அரசி. என்னால் ஏதேனும் தொல்லைகள் நேர்ந்துவிட்டால்... அதுவும் இன்று உங்கள் இளவரசர் வருகிற நாள் அல்லவா?

தேவயானி : குத்திக்காட்டு. குத்திக்காட்டு, இன்னும் நன்றாகக் குத்திக்காட்டு. வெளியே மக்கள் கூடியிருகிறார்கள் அல்லவா? அவர்கள் எதிரில் சென்று சொல். ஆனால், அந்த சுவர்ணலதா எல்லாவற்றையும் துறந்தவள். பாவம். அவள் மீது ஏன் வெறுப்பைப் பொழிகிறாய்? நான் கேட்டுக்கொண்ட தால்தான் பேரரசர் உன்னை இன்னும் பொறுத்துக் கொண்டிருக்கிறார். ஒரு நாளாவது உன்னைப் பற்றித் தவறாகப் பேசியிருக்கிறாரா? மனம் நோகும்படி பேசி யிருக்கிறாரா? அவர்கள்மீது கொட்ட வேண்டிய நெருப்புக் குழம்பையெல்லாம் என்மீது கொட்டு. எனக்குக் கவலை யில்லை. இது நம் இருவருக்குமிடையே நடைபெறுகிற விவாதம். அவரை விட்டுவிடு...

சர்மிஷ்டை : புத்திசாலிப் பெண். நீ இங்கே அரசி. நான் பணிப் பெண். இது விவாதக் களமல்ல, தேவி. நீயே தொடங்கி வைத்த சதுரங்க ஆட்டம். நீ என்னைப் பணிப்பெண்ணாக வைத்துக்கொண்டபோது, உன் தந்தையும் என் தாயும் தந்தையும் இதில் ஆட்டக்காய்களாகிவிட்டார்கள். நீ யயாதியைத் திருமணம் செய்துகொண்டபோது, அவனும் ஒரு ஆட்டக்காயாகிவிட்டான். சுவர்ணலதா உன் பிரியத் துக்குரிய பணிப்பெண்ணாக வந்துவிட்டாள். வெளியே

நிறைந்திருக்கிறார்களே மக்கள், அவர்களும் வந்துவிட்டார்கள். இன்று இளவரசனும் அவருடைய மனைவியும் வருகிறார்கள். அவர்களும் இந்த ஆட்டத்தில் காய்களாக மாறத்தான் வேண்டும்.

தேவயானி : சதுரங்கம் என நினைத்து நெருப்போடு கண்ணாமூச்சி விளையாடுகிறாய் சர்மிஷ்டை. கொஞ்சம் எச்சரிக்கை யோடு இரு. கண்களைத் திறக்கும்போது…

(சட்டென சர்மிஷ்டையின் முகம் மாற்றமடைகிறது. கேலியும் புன்னகையும் படர்ந்திருந்த இடத்தில் இறுக்கம் படர்கிறது. இந்த மாறுதல்களைக் கண்டு தேவயானி சற்றே அச்சமடைந்தவளைப்போலக் காணப்படுகிறாள்.)

சர்மிஷ்டை : கண்களைத் திறக்கும்போது..? கண்களைத் திறக்கும் போது என்ன நடக்கும் என்பதைப் பார்த்தாயல்லவா? நான் கண்களை மூடும்போது அசுரகுல அரசியாக இருப்பேன். நீ எங்கள் ஆஸ்தானப் பிராமணனின் மகள். ஆரியகுலம் என்கிற ஒரு அந்தஸ்தைத் தவிர, என்னிடம் அழகு, அறிவு, செல்வம் என எல்லாமே இருந்தன. உனக்குள்ள சொத்து என்பது என்ன? உன் தந்தை தெரிந்துவைத்திருக்கிற சஞ்சீவினி மட்டும்தான். ஆனாலும், நான் உன்னைத் தோழி என்றே நினைத்துப் போற்றினேன். நீ கேட்ட எல்லாவற்றையும் கொடுத்தேன். என் தாத்தாவின் இறுதிச் சடங்குக்காக வரவழைக்கப்பட்ட வைர வைடூரியங்களின் குவியலில் இருந்த சங்கு ஒன்றை நீ வேண்டும் என்று என்னிடம் கேட்டது நினைவிருக்கிறா? அந்தச் சங்கு எங்கே போனது என்று இன்றைக்கும் என் தந்தைக்குத் தெரியாது.

நான் கண்களைத் திறந்தேன். தேவதையாக எனக்குத் தெரிந்த நீ, ஆரியகுல அரசியாக இருந்தாய். நான் உன் பணிப்பெண். என் கண்களுக்கு இப்போது இமைகள் இல்லை. கடவுளைப் போல, மீன்களைப் போல, கண்களைத் திறந்தபடி விழுந்து கிடக்கிற பிணங்களைப் போல நான் இமைகளில்லாமல் உன்னையே பார்த்தபடி வாழ்கிறேன். இப்போது உன் விழிகள்மீது யயாதி அளித்த முத்தங்களின் சுமை தெரி கிறது. இருட்டின் மேல் இருட்டு வந்து படிவதைப் போல, அதிகரித்துக்கொண்டே செல்கிற சுமை... நான் அதற்காகவே இங்கே இருக்கிறேன். உன் மூடும் இமைகளுக்குள் சுழன்று சுழன்று ஒளிர்கிற விழிகளையே பார்த்துக்கொண்டிருக் கிறேன்...

தேவயானி : *முட்டாள்... அந்த விழிகளுக்குள் ஒரே உருவத்தைத் தான் பார்க்க முடியும். அது பேரரசர் யயாதியின் உருவம்...*

சர்மிஷ்டை : *ஆ... இந்த வாக்கியத்தை எங்கே படித்தாய் தேவி? உன் விழிகளுக்குள் யயாதியின் உருவம் இல்லை, யயாதியின் புகழ் மட்டுமே இருக்கிறது. ஆனால் யயாதியின் விழிகளில் என்ன இருக்கிறது தெரியுமா? சஞ்சீவினி... பேரரசர் யயாதியின் விழிகளில் காணப்படுவதெல்லாம் ஒன்றே ஒன்றுதான். அது சஞ்சீவினியின் ஆசை.*

தேவயானி : *(காதுகளை மூடிக்கொண்டு) சும்மா இரு சர்மிஷ்டை...*

சர்மிஷ்டை : *(அவள் சொற்களைப் பொருட்படுத்தாமலேயே.) யயாதி பரத குலத்துக்கே பெரியவன். அவனுக்கென்ன, ஷத்திரியப் பெண்களே கிடைக்காமல் போய்விட்டார்களா என்ன? ஆசிரமத்தில் வளர்ந்த பசுக்கூட்டத்தின் பின்னால் மழை வெயில் என்று பார்க்காமல் ஓடி ஓடி உழைத்த பெண்*

நீ. அந்த அழகிகளிடமெல்லாம் காண முடியாத அளவுக்கு, ஆளை அசத்துகிற அழகு உன்னிடம் என்ன இருக்கிறது? மரணமற்று இருக்கும் ஆசை யாருக்குத்தான் இல்லை தேவி? தன் சுற்றத்தாரின் சிதைகளுக்கு நடுவே சொர்க்கத்தை அடையும் ஆசையோடு புகை மண்டும் ஹோமங்களை நடத்தும் வேட்கை யாருக்குத்தான் இல்லை? *(சாளரத்தின் பக்கமாகக் கையைக் காட்டி)* இந்த ஆயிரக்கணக்கான மக்களின் மயானத்துக்கு நடுவே புதிய நகரை எழுப்புகிற ஆசை யாருக்கு இல்லை? *(சிறிது நேரம் நிறுத்தி)* யயாதியிடம் அஸ்வமேத யாகத்தையே நடத்தும் பேராண்மை இருந்தது. புதிய நகரின் செல்வமிருந்தது. முன்னோர்களுக்கிருந்த சொர்க்க வேட்கை நாடி நரம்புகளில் ஓடும் ரத்தத்தின் ஒவ்வொரு அணுவிலும் கலந்திருந்தது. சுக்கிராச்சாரியாரிடம் சஞ்சீவினி ஞானம் இருந்தது...

தேவயானி : பேசாமல் இரு பிசாசே... உன் நாக்கை அறுத்து விடுவேன்...

சர்மிஷ்டை : ஒரு கணம் பிசாசு, ஒரு கணம் அழகி! யயாதி உன்னை முதன்முதலாகப் பார்த்தபோது எங்கிருந்தாய் என்பதை நினைவுபடுத்திப் பார். வற்றிப்போன கிணற்றுக்குள். என்னுடைய பழைய துணிமணிகளை நீ உடுத்தியிருந்தாய். உடம்பு, முகம், கூந்தலெல்லாம் சேறு அப்பிக் கிடந்தது. ரத்தம் ஒழுகிக் கொண்டிருந்தது. அந்தப் பேரழகைக் கண்டு யயாதி மயங்கி விட்டான் என்று நினைத்துக்கொண்டாயா? உன்னை, அங்கேயே விட்டுவிட்டுப் போயிருப்பான். நீ தேவயானி என்று தெரிந்ததுமே மரணத்தை வெல்லும் ஆசை அவனுக்குள் கிளர்ந்தெழுந்தது. உன்னை ஆலமரத்தடிக்குப் பின்னால்

தழைக் குவியலின் பக்கமாக அழைத்துச் சென்றான்...கைக்குக் கிடைத்த வேட்டை தப்பிவிடாமல் பார்த்துக்கொண்டான். புரிகிறதா? சஞ்சீவினி கிடைக்குமென்றால் உன்னை ஏன் ஏற்றுக்கொள்ளக்கூடாது? அட்சதைப் பூவோடு சேர்ந்துவரும் புழுவைப் போல..!

(அவள் கண்களில் ஒளி மின்னுகிறது. ஆனால் தேவயானி அமைதியாக இருக்கிறாள். அவள் உதடுகளில் படர்ந்த புன்னகையில் ஒரு சந்தேகக் கோடு ஓடியிருந்தாலும் ஓடியிருக்கக்கூடும்.)

தேவயானி : பேசு, தொண்டை வற்றிப்போகும்வரை பேசு. உன் நெஞ்சில் தேங்கிவிட்ட நச்சுப் புகையால் உன் புத்தி மழுங்கிப் போய்விட்டது... உண்மையின் அழகு என்ன வென்பது உனக்கு எப்படித் தெரியும்? நான் கிணற்றில் விழுந்து கிடந்த போது அழுதபடியே இருந்தேன்...யாரோ ஒருவர் வந்தார். குரல்கேட்டு எட்டிப் பார்த்தார். தன் கைகளை என் பக்கமாக நீட்டி என்னை மேலே தூக்கிவிட்டார். மேலே வந்து பார்த்த பிறகுதான் தெரிந்தது, பேரரசர் என்று. ஒரு கணம் என்னையே நான் மறந்தேன்.

சர்மிஷ்டை : அத்தோடு, ஆண்குலத்தின்மீது உனக்கிருந்த வெறுப்பையும் மறந்துபோய்விட்டாய் அல்லவா? கசன் உன்னை வெறுத்து நிராகரித்தபோது நீ எடுத்துக்கொண்ட சபதத்தையும் மறந்துவிட்டாய் அல்லவா?

தேவயானி : *(அவள் பக்கம் கவனிக்காமலேயே)* நான் கன்னிப் பெண். நீங்கள் என வலது கையைப் பிடித்திருக்கிறீர்கள் என்று நானே முதலில் அவரிடம் சொன்னேன். இரண்டே வாக்கியங்கள். ஆறே சொற்கள். இன்னும்கூடத் தனிமையில்

இருக்கும் தருணங்களில் அச்சொற்கள் மீண்டும் மீண்டும் நினைவில் வந்து மோதுகின்றன... அவர் ஒரு வார்த்தை கூடப் பேசவில்லை. தன்னோடு என்னை அழைத்துச் சென்றார். ஆலமரத்தடியில் கூச்சத்தோடு உன் ஆடைகளை அகற்றி வீசியபோது "அப்படி ஏன் வீசுகிறாய்?" என்று கேட்டார். அதுதான் அவர் பேசிய முதல் வார்த்தை. என் பெயரைக்கூடக் கேட்கவில்லை. என் தந்தைக்கு சஞ்சீவினியைப்பற்றித் தெரியும் என்பது தெரிவதற்கு முன்பே என்னை ஏற்றுக்கொண்டவர் அவர்... சிரி... நாற்றமெடுத்த உன் பொறாமை பிடித்த பேச்சுகளில் இது ஒன்றை மட்டும் சகித்துக்கொள்கிறேன். ஆனால், இதன் புனிதத்துக்கு எந்த விதமான களங்கமும் இல்லை. சிரி...

சர்மிஷ்டை : அருமை தேவி, அருமை. உன் கண்மூடித்தனமான எண்ணங்களுக்குப் புனிதத்தன்மையை ஏன் வழங்குகிறாய்? உன் மனத்தின் எழுச்சிகளையும் விருப்பங்களையும் எனக்காக அடக்கிவைத்துக்கொள்ள வேண்டாம். உங்கள் கந்தர்வத் திருமணத்துக்குப் பிறகுதான் உன் பெயரைக் கேட்டானா யயாதி? விலைமாதர்களிடம்கூட முதலிலேயே பெயர் கேட்பதுண்டு, தேவி. நீ சுக்கிராச்சாரியாரின் கன்னிப் பெண்ணாக இல்லாதிருந்தால் அவன் உன்னை அங்கேயே விட்டுவிட்டுச் சென்றிருப்பான். உன் கன்னித் தன்மையின் மீது தன் தேர்ச்சக்கரத்தின் சேற்றைப் படியும்படி விட்டுவிட்டு உன் பெயரைக்கூடக் கேட்காமல் போயிருப்பான்...

தேவயானி : *(சர்மிஷ்டையை எட்டித் தொடுவதற்கு முனைந்தவளாக)* இப்படி என்னை வதைக்க வேண்டாம் சர்மிஷ்டை. எனக்கு இன்னும் உன்மீது பாசம் குறைந்துவிடவில்லை...

கொஞ்ச நேரம் என்னை அமைதியாக இருக்கவிடு. உன்னை வீட்டுக்கு அனுப்பிவிடுகிறேன்...

சர்மிஷ்டை : *(சற்றுத் தொலைவில் உள்ள இருக்கையை நோக்கி நகர்ந்தவளாக)* தொட வேண்டாம்... தேவையென்றால் உன் இல்லக் கிழவி சுவர்ணலதாவைக் கூப்பிடு... போருக்குச் சென்றபோதெல்லாம் மனவேதனையில் நொந்துபோன அரசியர்களையெல்லாம் அமைதிப்படுத்திய அனுபவம் இருக்கிறது அவளுக்கு... *(சிறிது நிறுத்தி)* அது சரி, அவள் எங்கே போய்விட்டாள்? பேரரசரை அமைதிப்படுத்து வதற்கு...

தேவயானி : *(கோபமாக)* சண்டாளி..!

(சர்மிஷ்டையை நோக்கிக் கோபத்தோடு தேவயானி நெருங்குவதற்குள் யயாதி வருகிறான். முதலில் நின்ற இடத்தி லேயே உறைந்து நிற்கிறார்கள். சில கணங்கள் வெறுமனே ஒருவரையொருவர் பார்த்துக்கொள்கிறார்கள். அதற்குப் பிறகு, சர்மிஷ்டை, கைகளைக் கட்டிக்கொண்டு நின்றபடி...)

சர்மிஷ்டை : சஞ்சீவினியை மணந்துகொண்ட காதல் வீரனே, வந்து பார், வா.

யயாதி : *(அதிர்ச்சிக்குள்ளாகி)* என்ன நடக்கிறது இங்கே...? அங்கே, அந்தப்புரத்தின் அலங்கார வேலைகள் எந்த அளவில் உள்ளன..?

சர்மிஷ்டை : *(கேலியாக)* தேவி அழுதுகொண்டிருப்பதால் அலங்கார வேலைகள் இன்னும் முடியவில்லை. இந்த அழுகைக்குக் காரணம் ஒன்றே. பேரரசரைப் பார்த்த உடனேயே அவருக்கு அழ வேண்டும் என்று தோன்றுகிறது...

(இவ்வளவையும் சொல்லிவிட்டு, அம்பைப் போல வேகமாக வெளியேறிச் செல்கிறாள்.)

யயாதி : *(நெருக்கமான குரலில்)* தேவயானி, என்ன இது? இன்று நல்ல நாள். இளவரசன் புரு வருகை தருகிற நாள். நீ இன்னும் அலங்காரம் செய்துகொள்ளவில்லை... அந்தப்புரத்தின் அலங்காரமும் முடியவில்லை...

தேவயானி : *(வேகமாக)* ஏற்பாடுகளைப்பற்றித்தான் உங்கள் கவலை. என் உயிரே போவதாக இருந்தாலும்கூட, உங்களுக்கு அலங்காரமாகவில்லையே என்கிற கவலை, விழாவைப் பற்றிய கவலை...

யயாதி : பைத்தியக்காரி, என்ன ஆயிற்று? உடலைப் போலவே மனமும் மென்மையாகிவிட்டதா?

தேவயானி : நான் ஒன்றும் ஷத்திரியப் பெண் அல்லவே... ஒரே ஒரு விஷயம் ஆரியபுத்திரனே... நீங்கள் என்னை ஏன் மணந்து கொண்டீர்கள்? எதற்காக அந்த முடிவை எடுத்தீர்கள்?

யயாதி : *(இன்னும் நெருக்கமான குரலில்)* திருமணமாகி இரண்டு ஆண்டுகளுக்குப் பிறகும் கேள்விகளா? அதை அலங்கார வார்த்தைகளால் விவரித்துச் சொல்ல வேண்டுமா?

தேவயானி : கேலிப்பேச்சு வேண்டாம். நீங்கள் என்னைக் கிணற்றங் கரையிலேயே விட்டுவிட்டுப் போயிருந்தால் உங்களை யாரும் பழித்துப் பேசியிருக்கப்போவதில்லை. நானும் விதி விட்ட வழியில் அமைதியாக இருந்திருப்பேன். என்னை நீங்கள் ஏன் மணந்துகொண்டீர்கள்?

யயாதி : அதெல்லாம் இப்போது எதற்கு? நேரமாகிவிட்டது, எழுந்திரு...

தேவயானி : *(அவன் பேச்சைத் தடுத்தவளாக)* வார்த்தைகளுக்குப் பின்னால் ஒளிந்துகொள்ள வேண்டாம்... நான் அதைத் தெரிந்துகொள்ள வேண்டும்...

யயாதி : தேவி, உனக்கு இன்னும் சந்தேகமா? உனது வலக் கையைப் பிடித்து நான் மேலே தூக்கினேன். மரபின் விதிமுறை. நீயும் ஏற்றுக்கொண்டாய். அதுவும் உன் அழகு வேறு...

தேவயானி : இது உண்மையா?

யயாதி : உன் மீது ஆணை. உனக்கு ஏன் சந்தேகம் வந்தது?

தேவயானி : *(சொல்வதற்கு ஒன்றும் தோன்றாதவளாக)* என்னைப் பைத்தியக்காரி என்று சொன்னீர்களே, அதற்காகத்தான்...

யயாதி : ம்... ம்... சொற்களுக்குப் பின்னால் ஒளிந்துகொள்ள வேண்டாம்... இதற்குப் பின்னால் எந்த வேதாளம் மறைந்து கொண்டிருக்கிறது என்பது எனக்கும் தெரியும்... சர்மிஷ்டை... அந்த ஊசி நாக்குக்காரி சர்மிஷ்டை...

தேவயானி : போதும் சும்மா இருங்கள்... இப்பவே தாமதமாகி விட்டது...

யயாதி : அதெல்லாம் ஒன்றுமில்லை... என் நியாய உணர்வைச் செத்துப்போன பசுக்கூட்டம் என்று நினைத்துவிட்டதா அந்தக் கழுகு? அவளை வேதாளத்தைப் போல... இங்கே பார் தேவயானி, எனக்கு இதெல்லாம் போதும்போதும் என்றாகிவிட்டது. அரண்மனைவரைக்கும் அவள் வந்து போவதைக் கண்டாலே எனக்குப் பிடிக்கவில்லை. எதை யாவது பழிதூற்றிக்கொண்டே இருப்பது... நான் வரும் போதெல்லாம் உங்கள் விவாதம், துக்கம், அழுகையையே

பார்க்கிறேன். களைத்துப்போய்த்தான் நான் இங்கே வருகிறேன். அன்புக்காக, ஆதரவுக்காக, அமைதிக்காக, உன் அன்புக்காக... அன்பு கிடைத்தாலும்கூட உன் கண்களில் நான் பார்ப்பது சர்மிஷ்டையின் நிழலைத்தான். ஆனாலும் அவளை இன்னும் இங்கே வைத்துக்கொண்டிருக்கும் பித்துக்குளித்தனத்தை ஏன் செய்கிறாய்? இந்த நல்ல நேரத்தில் மீண்டும் அபசகுனமாக ஏதாவது செய்துவிடப்போகிறாள்.

தேவயானி : என்னைக் கிணற்றுக்குள் தள்ளியவள் அவள். அதற்கான பிராயச்சித்தம் இவ்வளவு விரைவாக முடிந்து விடக் கூடாது.

யயாதி : சரி சரி சரி..! இந்த வார்த்தையை ஆயிரம் தடவைக்கும் மேல் கேட்டாகிவிட்டது. ஆனால் பிராயச்சித்தம் அவளுக்கும் ஆகவில்லை, உனக்கும் ஆகவில்லை... நான் இதற்கு ஒரு முடிவு கட்டியே ஆகவேண்டும்... இளவரசன் புரு இங்கே வருவதற்குள் இதற்கு ஒரு முடிவு கட்டியே ஆகவேண்டும்... கூப்பிடு அவளை... யாரங்கே..?

தேவயானி : வேண்டாம் ஆரியபுத்திரா... அந்தச் சண்டைக் காரியை எதிர்கொள்கிற மனநிலையில் நான் இல்லை. அது மட்டுமில்லாமல், முகூர்த்த வேளை வேறு நெருங்கிக் கொண்டிருக்கிறது...

சுவர்ணலதா : *(உள்ளே நுழைந்தபடி)* அரசரே..!

யயாதி : அந்த சர்மிஷ்டையை இங்கே அழைத்து வா...

சுவர்ணலதா : *(தேவயானியிடம்)* அந்த அந்தப்புரத்தின் ஒப்பனை வேலைகள் முடிந்துவிட்டன... பூக்காரர்கள் பூ மூட்டை களை இங்கே கொண்டுவந்திருக்கிறார்கள்...

யயாதி : அவர்கள் எல்லோரும் வந்துவிட்டார்களா?

சுவர்ணலதா : இதோ வந்துவிடுவார்கள் அரசரே...

யயாதி : அவர்கள் வந்ததுமே சொல்... அதற்கு முன்னால், அந்த சர்மிஷ்டையை இங்கே அழைத்து வா... *(சுவர்ண லதா வணங்கியபடி புறப்பட்டுச் செல்கிறாள்)* தேவி, நீ போய் ஒப்பனை வேலைகளை முடித்துக்கொண்டு வா... உன்னைச் சந்திக்க வேண்டும் என்று புரோகிதர்கள் சொல்லிக்கொண்டிருந்தார்கள். அவர்களையும் அங்கே வரும்படி சொல்லியிருக்கிறேன். நானும் சர்மிஷ்டையை எச்சரித்துவிட்டு வருகிறேன்.

தேவயானி : *(பதற்றத்தோடு)* வேண்டாம் வேண்டாம்! அவள் அசுர குலத்தைச் சேர்ந்தவள். ஆரியர்களை வசைபாடுவது ஒன்றே அவள் வேலை. நம்முடைய இன்றைய ஆனந்தமான அனுபவத்தை அவள் மோசமான ஒன்றாக மாற்றிவிடுவாள். அவளோடு நீங்கள் பேசுவது உங்கள் தகுதிக்குப் பொருந்தாத விஷயம்.

யயாதி : *(சிரித்தபடி)* அவளிடம் நான் தனியாக இருப்பதைப் பற்றி அச்சம் கொண்டுவிட்டாயா? நீயும் இருக்க வேண்டுமென்று நினைத்தால் இருக்கலாம். வீணாகப் பொறாமைக்கு ஆட்பட வேண்டாம். ஆனால் ஒரு விஷயம், நீ இருந்தால் அவள் மீண்டும் தன் வசைமழையைத் தொடங்கிவிடுவாள்.

தேவயானி : *(திடுக்கிட்டு)* அப்படியெல்லாம் இல்லை ஆரிய புத்திரரே, ஆனால்...

யயாதி : தேவி, இதற்குமுன்னால் நான் பெண்களைப் பார்த்ததே இல்லையென்று நினைத்துக்கொண்டாயா?

தேவயானி : சீ, என்ன பேச்சுப் பேசுகிறீர்கள்?

(இருபுறங்களிலும் பார்த்தபடி கிளம்ப முடியாமல் நிற்கிறாள். சர்மிஷ்டை வருகிறாள்.)

யயாதி : சரி, நான் சொன்னது நினைவில் இருக்கட்டும். அலங் கரிக்கும் வேலை வேகவேகமாக முடியட்டும். புரோகிதர் களும் வர இருக்கிறார்கள். முகூர்த்த நேரத்துக் குள் எல்லாம் நடந்து முடிய வேண்டும்...

(சர்மிஷ்டையை உற்றுப் பார்த்தபடி தேவயானி புறப்படு கிறாள்.)

யயாதி : *(ஒரு கணநேரம் எதுவும் புரியாமல்)* ம்... இங்கே பார் சர்மிஷ்டை... ம்... நான் உன்னோடு பேசிக்கொண்டு உட்கார்ந்திருப்பது என் தகுதிக்குரிய செயல் அல்ல. மேலும் அதற்கு நேரமும் இல்லை... ஆனால் ஒரு விஷயம் சொல்கிறேன். நீ காரணமே இல்லாமல் அவளைத் துன்புறுத்த வேண்டாம். அவளுக்கு உன்மீது மிகுந்த பாசம் இருக்கிறது...நான் உன்னை வீட்டுக்கு அனுப்பி விடுகிறேன் என்று சொன்னாலும் ஒப்புக்கொள்வதில்லை. அவளு டைய நல்லெண்ணம் கெடும்படி தப்பான விஷயங்களைச் செய்யாதே. இதனால் உனக்கு எந்தப் பயனும் விளையப் போவதில்லை. இன்னும் ஒரு மாதம் பொறுத்துக் கொண்டிரு... அதற்குப் பிறகு நானே உன்னை வீட்டுக்கு அனுப்பிவைக்கிறேன்...

சர்மிஷ்டை : யாருடைய வீட்டுக்கு?

யயாதி : உன் வீட்டுக்குத்தான். இங்கே இருப்பவர்கள் வேறு இனம். வேறு சம்பிரதாயங்கள். வேறுவிதமான நடை உடை பழக்கங்கள்... இப்படி ஒரு மாறுபட்ட சூழலில் நீ எவ்வளவு துன்பப்பட்டிருக்கக்கூடும் என்பதை என்னால் புரிந்துகொள்ள முடிகிறது...

சர்மிஷ்டை : இப்போது என் வீடு இதுதான். தேவயானிக்குப் பணிப்பெண்ணாக இருக்கிறேன் என என் தந்தைக்கு வாக்களித்திருக்கிறேன் நான். நீங்கள் வெளியே தள்ளினாலும் நான் போக மாட்டேன்...

யயாதி : *(கருணையோடு)* நீ துப்பும் ஆலஹால விஷத்தால் நீயாவது சுகமாக இருக்கிறாயா?

சர்மிஷ்டை : *(கேலியாக)* நான் அமுதத்தையும் துப்ப முடியும்... ஆனால், நானொன்றும் மெலிந்துபோன பிராமணப் பெண் அல்ல... அசுரர்களின் அரசகுமாரி. இப்போது இந்த ஆலஹால விஷம் என் இருப்போடு பின்னிப் பிணைந்திருக் கிறது...

யயாதி : ஆனால், இதன் மூலம் நம் இருப்பு என்ன ஆகும் என்று கொஞ்சமாவது எண்ணிப்பார்த்தாயா?

சர்மிஷ்டை : எனக்குக் கல்லை மட்டுமே வீசத் தெரியும். அது எழுப்பும் அலைகள் என் கட்டுப்பாட்டில் இல்லை...

யயாதி : அலையல்ல, சுழல்! இந்தச் சுழல், இதிலே விழுந்தவர் களை மட்டுமல்ல, காப்பாற்ற வந்தவர்களையும் இழுத்துக் கொள்ளக்கூடியது... நீ தேவயானியைக் கிணற்றிலே தள்ளி விட்டாய். அதற்காக இந்தச் சுழல். நான் அவளை மேலேற்றி

விட்டேன். சுழலில் நானும் அகப்பட்டுக் கொண்டேன். அது சரி, அந்தக் குற்றத்தை நீ செய்யும் போது உன்னிடம் மனிதாபிமானம் என்பதே இல்லாமல் போய்விட்டதா?

சர்மிஷ்டை : அந்த வார்த்தையின் பொருள் உங்களுக்காவது புரிகிறதா அரசரே. அச்சில் அடைத்து உருவாக்கப்பட்ட மெழுகுப் பொம்மைகள் போன்றவர்களா மனிதர்கள்? நீங்கள் முதுமையால் வாடிப்போன முனிவர்களின் காலடியில் பயிற்சி செய்துகொண்டிருந்தீர்கள். அங்கே உயிருள்ள மனிதர்கள் யாரையும் பார்க்கவில்லை. இன்னொரு கோணத்தில் ஒரு பிரஜைகூட இல்லை. ஆனால் நான் பார்த்தேன். ஆயிரம் முறைகள் அசுரர்களால் தோற்கடிக்கப்பட்டிருந்தாலும் தொடர்ந்து அதிபதியாகவே இருந்த தேவேந்திரன்... அப்பாவிடம் சஞ்சீவினி இருக்கிறது என்கிற எண்ணத்தில் தன் வேட்கைகளின்பால் இந்த உலகத்தையே ஈர்க்கிற தேவயானி! அசுரர்கள்தானே என்று வெறுத்தாலும்கூட அந்த அமரத்துவ ஆசையைத் துறக்க முடியாத அசுர வீரர்கள்... இவர்களிடம் மனிதாபிமானத்தின் வெவ்வேறு கோலங்கள் வெளிப்படுவதில்லையா? மனிதனின் இருப்பு என்பது, அவனுடைய மனிதாபிமானத்தில் இல்லை, அதைக் கடந்த உணர்வில் இருக்கிறது.

யயாதி : *(அதிகமாகப் பேசுவது வீண் என்று புரிந்துகொண்டவனாக)* உன் திறமையைக் கண்டு ஆச்சரியமாக இருக்கிறது. ஆனால் நான் கிளம்ப வேண்டும்.

சர்மிஷ்டை : கொஞ்சம் இருங்கள்... நீங்களே கேட்டுவிட்டீர்கள், நானும் பதில் சொல்லிவிடுகிறேன். இதற்கு முன்னாலும் நான் இப்படியே இருந்திருப்பேன் என்று நினைத்துக்

கொண்டீர்களா? ஒரு காலத்தில் என்னிடமும் இளமை ததும்பியிருந்தது. முதல் மழையில் மண்ணிலிருந்து வெடித் தெழுகிற முளைகளைக் காண்பதற்கு நானும் ஆவலாகக் காத்திருந்திருக்கிறேன். பச்சைத் தளிர்கள் மின்னுவதை என் கொக்கு விழிகள் பார்க்கவேண்டு மென்பதற்காக, இருட்டில் அச்சத்தை விழுங்கி, விளக்குகளையெல்லாம் அணைத்துவிட்டுக் காத்துக் கிடந்திருக்கிறேன். சூரிய ஒளியில் தகதகவென மின்னும் ஒளிவலையை நெய்கிற சிலந்தியைப் பார்ப்பதற்காக மரக்கிளைகளையெல்லாம் தேடித்தேடி ஓடியிருக்கிறேன்...

யயாதி : அப்படி இருக்கும்போது, இந்த விஷம் எப்படித் தோன்றியது..?

சர்மிஷ்டை : விஷம் தோன்றவில்லை. மனித குணம் தோன்றியது. தோன்றவைத்தவள் தேவயானி. அவளுடைய மனித இயல்புகளை அசுரகுலத்தவளான என்னால் சகித்துக் கொள்ள இயலவில்லை. சின்ன வயதிலிருந்தே தேவயானி என்றால் எனக்கு உயிர்! பிறப்பின் காரணமாக அசுரகுலப் பண்பு என்னைப் பின்தொடர்ந்தபடி இருந்தது. வெறுப்பு மிக்க சூழலில் வளர்ந்துவந்த எனக்கு அந்த வேதனை பழகிவிட்டிருந்தது. ஆனால் தேவயானி ஒருநாளும் மனம் நோகும்படி ஒரு வார்த்தைகூட என்னிடம் பேசியதில்லை. அசுரமகள் என்று துன்புறுத்தியதில்லை. என்மீது பாச மென்னும் கங்கையையே பொழிந்தாள். ஒருமுறையாவது அவள் தன் மனிதாபிமானத்தை விட்டு 'அரக்கி' என்று அழைத்து என் முகத்தின்மீது துப்பியிருந்தால், இப்போது நாம் அனைவருமே சுகமாக இருந்திருப்போம்...

யயாதி : *சொல்ல நினைப்பதைச் சீக்கிரமாகச் சொல்லி முடி...*

சர்மிஷ்டை : *முயற்சி செய்கிறேன் அரசரே... ஒருநாள் நாங்கள் இருவரும் ஏரிக்குச் சென்றிருந்தோம். அவள் வாழ்வில் கசன் குறுக்கே புகுந்திருந்த சமயத்தில் எங்கள் இருவருக்கு மிடையே நெருக்கம் இன்னும் அதிகரித்திருந்தது... அவள் எப்போதும் என்கூடவே இருந்தாள்... நானும் அவள் போகுமிடமெல்லாம் கூடவே சென்றுகொண்டிருந்தேன். அவள் உடுத்தக்கூடிய உடைகளையே உடுத்தினேன். மற்ற அசுர கன்னிகளோடும் அவள் தன் அன்பைப் பங்கிட்டுக் கொண்டது எனக்குப் பிடிக்கவில்லை. அவள் என்னை மட்டுமே நேசிக்க வேண்டும் என்று நினைத்தேன். என் மன நிறைவுக்காக... நாங்கள் நீந்திக் களித்தோம். ஈரமான கூந்தலை வெயிலில் உலர்த்தியபடி, கரையில் படுத்திருந்தோம்... இன்பத்தின் இறுதிக்கணம். எனக்கு அதைப்பற்றிய கவனமே அப்போதுதான் வந்தது... நான் கண்களை மூடிக் கொண்டேன். ஆனந்தமான அக்கணத்தை என் கண்ணிமை களில் பிடித்துவைக்க முயற்சி செய்தேன். அதற்குள் என்னைத் தேவயானி எழுப்பி "சர்மிஷ்டை, நம் ஆடைகள் மாறிப்போயிருக்கின்றன" என்றாள்.*

அற்புதமான அந்த ஆனந்தக்கணம் கையைவிட்டு நழுவிப் போகும்படி வைத்துவிட்டாளே என்று என் மனத்தில் அவள்மீது சிறிது நேரம் கோபத்தின் நெருப்பு பொங்கி அடங்கியது. 'நான் ஒரு அழகான கனவைக் கண்டேன்... அதைக் கலைத்துப் பாழாக்கிவிட்டாய் நீ' என்று சிரித்துக் கொண்டே சொன்னேன். ஆனால் என் குரலில் அடங்கி யிருந்த கசப்பை அவள் உணர்ந்திருக்க வேண்டும்...

எனக்குள் பரவிய கசப்பைக் கண்டு எனக்கும் பதற்றமாகவே இருந்தது. அவளை நோகடிக்கக் கூடாது என்று நான் நினைப்பதற்குள்ளாகவே . . . அதற்குள்ளாகவே உலகம் நிலை குலைந்துவிட்டது.

யயாதி : அப்படியென்றால்?

சர்மிஷ்டை : என் உயர்ந்த குரலைக் கேட்டு அவள் தன்மானம் காயப்பட்டிருக்க வேண்டும் . . . "என்னடி, ஆரியகுலப் பெண்ணின் ஆடைகளை உடுத்திக்கொண்டதுமே ஆரியப் பெண்ணாகக்கூடிய கனவு வந்துவிட்டதோ? பசித்த நாய்க்கு முழுநிலா தோசையாகத் தெரிந்ததுபோலத் தெரிகிறதோ?" என்று சொன்னாள்... சொல்வதைக் கவனமாகக் கேளுங்கள் அரசரே. வேறு யாராவது இப்படிப்பட்ட பேச்சைப் பேசியிருந்தால் நான் பொருட்படுத்தியிருக்க மாட்டேன். ஆனால் தேவயானி – என்னையே நான் ஒப்புக்கொடுக்கும் அளவுக்குப் பழகிய தேவயானி – என் குலத்தைத் தூற்றலாமா? எனக்குள் ஊறியிருந்த வெறுப்பு சட்டெனப் பொங்கியெழுந்தது. நீளமான அவளுடைய கூந்தலைப் பார்த்தேன் . . . பிடித்து இழுத்துக்கொண்டு போனேன். அவள் அலறினாள். விடுவித்துக்கொள்ள முயற்சி செய்தாள். ஆனால் அவள் பேசிய பேச்செல்லாம் என் காதுகளில் ஒலித்தபடியே இருந்தது . . . அவளைத் தரதரவென இழுத்துச் சென்று கிணற்றுக்குள் தள்ளிவிட்டேன் . . .

நான் அவளைக் கிணற்றுக்குள் தள்ளினேன் என்கிற விஷயம் உலகம் முழுதும் பரவிவிட்டது. ஆனால் நானும் அதே கிணற்றங்கரையில் உட்கார்ந்து அழுதுகொண்டே இருந்தேன் என்கிற விஷயம் எத்தனை பேருக்குத் தெரியும்?

ஏன், ஆச்சரியமாக இருக்கிறதா? என் கண்களிலும் கண்ணீர் இருக்கிறது அரசரே! ஆனால் அதில் தெரியும் நெருப்பை மட்டுமே மதிக்கிறார்கள்.

(அமைதி. எண்ணங்களில் மூழ்கியவனைப்போல யயாதி அவளையே உற்றுநோக்கியபடி இருந்தான். அதற்குப் பிறகு மெதுவாக)

யயாதி : நான் உன்னைத் திட்டுவதற்காக வந்தேன். இப்போது என்ன பேசுவது என்றே தெரியவில்லை.

சர்மிஷ்டை : என் கதையை நீங்கள் நம்ப வேண்டும் என்று உங்களை நான் கட்டாயப்படுத்தவில்லை அரசரே... தேவயானி தன் கதையை உங்களிடம் சொல்லியிருக்கலாம். அதை நீங்கள் நம்பினீர்கள்.

யயாதி : நம்புவது என்கிற பிரச்சினைக்கு இடமே இல்லை. இப்படிப்பட்ட நெருக்கடியான சூழலில் நான் என்ன செய்ய வேண்டும் என்கிற கேள்விதான் எழுகிறது.

சர்மிஷ்டை : அப்படிச் சொல்லவேண்டாம். நான் என் தந்தைக்குக் கொடுத்த வாக்குறுதியை நீங்கள் கடைப்பிடிக்க வேண்டிய தேவை இல்லை. நீங்கள் விரும்பினால் நீங்கள் கொடுக்கக்கூடிய சாட்டையடிகளை ஏற்றுக்கொள்வதற்கு என் முதுகு தயாராக இருக்கிறது.

யயாதி : *(குழம்பியவனாக)* மனவேதனையின் முன்னால் உடல்வேதனையை உண்டாக்கும் தண்டனைக்கு என்ன பொருள் சர்மிஷ்டை?

சர்மிஷ்டை : எது இருந்தாலும் இல்லாவிட்டாலும் மரண தண்டனை இருக்கிறது. தூக்கில் ஏற்றலாம். அதிகக்

கருணை இருந்தால் கடுமையான விஷத்தைக் கொடுக்கலாம். நோய்வாய்ப்பட்டு இறந்துபோய்விட்டதாக என் தந்தைக்குச் சொல்லியனுப்பலாம். சுக்கிராச்சாரியாரின் கோபத்துக்கு அஞ்சி அவர் எதைச் சொன்னாலும் ஏற்றுக் கொள்வார். மேலும் தேவயானியின் பணிப்பெண்ணாக வந்த வகையிலேயே அவரைப் பொறுத்தமட்டில் நான் செத்துப்போனதாகவே நினைத்திருப்பார் ... இந்தச் சதுரங்க ஆட்டத்தில் இது ஒன்றே முடிவு அரசே!

யயாதி : பைத்தியக்காரத்தனமான ஆட்டம். இதனால் ஆட்டம் ஒன்றும் எளிதாகிவிடப்போவதில்லை. நம் வாழ்க்கைப் பொறுப்பென்னும் சுமையைச் சுமப்பதே போதும்போது மென்று இருக்கிறது . . . இதற்கிடையில் உன் சாவின் சுமையையும் சுமப்பதற்குத் தேவையான தைரியம் என்னிடம் இல்லை ... அனுபவங்களின் பாரத்தைக் கண்டு மனிதன் அச்சம்கொள்கிறான். இதற்கு ஒரே பதில்தான் இருக்கிறது ... உன்னை உங்கள் வீட்டுக்கே திருப்பி அனுப்புவது!

சர்மிஷ்டை : எனக்குச் சுதந்திரம் வேண்டாம். பணிப்பெண்ணாக வேலை செய்துசெய்து எல்லாமே எனக்கு இப்போது பழகிவிட்டது. இந்த வேலையில் பொறுப்பின் சுமையெதுவும் இல்லை. அரசரே, நீங்கள் சொல்கிற அனுபவத்தின் சுமையும் இல்லை. இப்போது எனக்குச் சுதந்திரத்திலேயே கைவிலங்குகள் தெரிகின்றன ...

யயாதி : அதைப்பற்றி அச்சப்பட வேண்டாம். இப்போது நீ போகிறேன் என்று சொன்னாலும் தேவயானி உன்னை விடப்போவதில்லை.

சர்மிஷ்டை : *(சிரித்து)* ம் . . !

யயாதி : இவ்வளவு நாள் இந்தப் புதிர் எனக்குத் தெரியாமல் போய்விட்டது. இப்போதுதான் புரிந்துகொண்டேன்...

சர்மிஷ்டை : அப்புறம் என்னென்ன புரிந்துகொண்டீர்கள்?

யயாதி : நீ பணிப்பெண். உன் எதிரில் அரசியைப்பற்றி இப்படி யெல்லாம் சொல்லக் கூடாது. ஆனால் நீயும் ஒரு அரச குலப்பெண் என்பதாலும் தேவயானியின் தோழி என்பதா லும் சொல்கிறேன்... சின்னப் பிள்ளைகளிடம் தென்படக் கூடிய விளையாட்டுப் போக்குகளை அவளிடமும் நான் பார்த்திருக்கிறேன். நீ அவளுடைய தன்மானத்தைக் காயப் படுத்தியிருக்கிறாய். இப்போது உன் ஒவ்வொரு அம்சத் திலும் அவள் தன் வெற்றியின் சுவட்டை மட்டுமே பார்க் கிறாள். நீ கொடுக்கும் ஒவ்வொரு தொல்லையையும் அவள் தன் வெற்றியின் உணர்வாக மாற்றிக்கொள்கிறாள். ஆனால் நான் இந்த ஆட்டத்தை நிறுத்துவதற்காக வந்தேன். இதனால் ஒரு பயன் விளைந்தது... நானும் இந்த ஆட்டத்தில் ஒரு ஆட்டக்காய் என்பதை இப்போதுதான் புரிந்துகொண்டேன்.

சர்மிஷ்டை : *(அமைதியான குரலில்)* அந்தக் கவலை வேண்டாம். உங்களை நான் அறிந்துகொள்வதற்கு முன்பே நான் இந்த உலகத்தையே வெறுத்துவந்தேன். காதுகொடுத்துக்கூடக் கேட்க ஆளற்ற என் தனிமை அழுகையை இன்று நீங்கள் காதுகொடுத்துக் கேட்டீர்கள். இப்போது உங்கள் மீது எனக்கு எவ்விதமான வெறுப்பும் இல்லை. தேவயானியைக் கிணற்றுக்குள் தள்ளிய நாள்முதல் இன்றுவரைக்கும் நான் அழுததே இல்லை... என் கண்ணீரெல்லாம் வெறுப்பின் வெப்பத்தில் ஆவியாகப் போயிருந்தது... கண்ணீர் வற்றிப்

போன கண்களைப் போன்ற சாபம் பெண் பிறவிக்கு வேறு எதுவுமில்லை. அரசரே, இன்று என் கண்ணீரெல்லாம் பொங்கி வெளியேற, என் மனமும் லேசாகிவிட்டது... இந்த ஆட்டம் போதும்போதுமென்றாகிவிட்டது எனக்கு...

யயாதி : அப்படியென்றால் என்ன செய்யப் போகிறாய்?

சர்மிஷ்டை : *(இடுப்பிலிருந்து மிகச்சிறிய விஷம் நிரம்பிய குப்பியை எடுத்து)* இதோ, நான் இங்கே வரும்போது என் தந்தை என்னிடம் கொடுத்தனுப்பிய குப்பி இது. இதனை எனக்காகவும் தேவயானிக்காகவும் என்றே எடுத்து வந்தேன். ஆனால் இப்போது அவளைக் கொல்லும் ஆசை எனக்கில்லை...

யயாதி : பைத்தியக்காரி, இப்போது உன்னைக் கொன்று இந்த ஆட்டத்தை நிறுத்த முடியாது. சூத்திரதாரி பாட்டைப் பாடி ஆரம்பித்துவைத்துவிட்டுச் சென்றிருக்கிறான். இப்போது உன் தற்கொலையும் ஒரு காட்சியாக மாறிவிடும். பாத்திரங்கள் இல்லாவிட்டாலும் நாடகம் நடந்தே ஆக வேண்டும்...

சர்மிஷ்டை : ஆனால் அதில் பங்கெடுத்துக்கொள்ளும் வேதனைக்கு இடமில்லை. நம்மைச் சுற்றி கொண்டாட்ட மனநிலையில் உள்ள மக்கள் கூட்டத்திடையே இருப்பதும் ஒன்றுதான், சாவதும் ஒன்றுதான். என்னைப் பொறுத்த வரையில் இது என் இறுதி முடிவு... அதற்கப்புறம் எந்தக் கவலையும் இல்லை.

யயாதி : சர்மிஷ்டை, முட்டாள்தனமாக நடந்துகொள்ள வேண்டாம். நீ தேவயானியை வற்றிப்போன கிணற்றுக்குள் தள்ளினாய். அதைவிட மோசமாக வற்றிப்போன கிணற்றில் நீ விழுகிறாய்...

யயாதி 39

(உரையாடல் நிகழ்ந்துகொண்டிருக்கும்போதே சர்மிஷ்டை கட்டிலுக்குப் பின்னால் செல்கிறாள். யயாதி அக்கட்டிலின் முன்னால் நின்றிருக்கிறான்.)

சர்மிஷ்டை : ஆனால் அவளுக்குக் கையை நீட்டவும் மேலேற்றி விடவும் சரியான தருணத்தில் நீங்கள் அங்கே வந்து விட்டீர்கள். நான் அசுரக்கன்னி. என் கைகளில் முள்களே இருக்கின்றன ...

(விஷக்குப்பியை உயர்த்துகிறாள். சட்டென்று தாவிச் சென்ற யயாதி அவளுடைய வலது கையைப் பிடித்து)

யயாதி : சர்மிஷ்டை, கீழே போடு அதை.

(இருவரும் அசைவில்லாமல் நிற்கிறார்கள். சர்மிஷ்டையின் கையிலிருந்த குப்பி கட்டிலில் விழுகிறது.)

சர்மிஷ்டை : *(உணர்ச்சியற்ற குரலில்)* ஆரியபுத்திரனே ... நீங்கள் என் வலது கையைப் பற்றியிருக்கிறீர்கள். நான் வெறும் பணிப்பெண் மட்டுமே ...

(சட்டென அவள் கையைவிட்டுப் பின்வாங்குகிறான் யயாதி. சர்மிஷ்டை கட்டிலில் அமர்கிறாள்.)

என்னை மன்னித்துவிடுங்கள். நான் ஆரியப் பெண் அல்ல. நீங்கள் என்னை அரசியாக ஏற்றுக்கொள்ள வேண்டும் என்கிற ஆசையும் எனக்கு இல்லை. நான் பணிப்பெண் ணாகவே வாழ்கிறேன். ஆனால் நானும் ஒரு அரசகுமாரி என்றே சொல்வேன். அரசரே, இந்தக் கிணற்றிலிருந்து என்னை மேலேற்றிவிட்டீர்கள். என்னால் இங்கே ஒரு போதும் மறைந்து வாழும் பிசாசாக வாழ முடியாது!

யயாதி : *(சிறிது நேரம் அவளையே பார்த்தபடி)* சர்மிஷ்டை, தேவயானியைப் போன்ற ஒரு பைத்தியக்காரி வேறு யாரும் இருக்க முடியாது... எப்படிப்பட்ட விபரீதத்தை மடியில் கட்டிக்கொண்டு ஆட்டமாடியிருக்கிறாள்..!

சுவர்ணலதா : *(உள்ளே நுழைந்து)* அரசரே, பூக்காரர்கள் தயாராக உள்ளார்கள். உள்ளே அழைக்கலாமா?

யயாதி : இவ்வளவு சீக்கிரம் வேண்டாம். இன்னும் அரை நாழிகை நேரம் தாமதமாக வருமாறு சொல். நானே அவர்களுக்கு அழைப்பு அனுப்புகிறேன். இங்கே பார், நானாகச் சொல்லி அனுப்புகிறவரைக்கும் யாரையும் உள்ளே அனுமதிக்க வேண்டாம்.

(சுவர்ணலதா வெளியேறுகிறாள். சர்மிஷ்டையின் அருகில் வந்து)

பார்த்தாயா சர்மிஷ்டை, நான் ஆட்டமாடத் தொடங்கியிருக்கிறேன்.

(கட்டிலில் அமர்கிறான்.)

இரண்டு

(கட்டில்மீது யயாதி உட்கார்ந்திருக்கிறான். அவனுடைய உதடுகளில் புன்னகை. சர்மிஷ்டை கட்டிலின் அருகே அவனுக்கு முதுகைக் காட்டியபடி நிற்கிறாள். அவளுடைய நீளமான கூந்தல் முதுகில் பரவியிருக்கிறது. முதலில் புடவை முந்தானையைச் சரிப்படுத்திக் கொள்கிறாள். அதற்குப் பிறகு கூந்தலை முடித்தபடி அவன் பக்கமாகத் திரும்பிப் பார்க்கிறாள். அப்போது தான் யயாதியின் பார்வை கட்டிலின்மீது விழுந்து கிடந்த விஷக்குப்பியின் மேல் படர்கிறது. அதை எடுத்துக் கைக்குள் வைத்துக்கொள்கிறான்.)

சர்மிஷ்டை : *(சிரித்தபடி)* நான் விஷம் குடித்திருந்தால் எல்லாம் சரியாய்ப் போயிருந்திருக்கும்... காரண மில்லாமல் என்னைத் தடுத்துவிட்டீர்கள்.

யயாதி : அங்கேதான் இளமையின் மயக்கம் இருக் கிறது சர்மிஷ்டை... அது மரணத்தைக் கண்டு எப்போதும் அச்சப்படுவதில்லை. அதையே

கையில் எடுத்து வைத்துக்கொண்டு சின்னப்பிள்ளைபோல விளையாடுகிறது.

சர்மிஷ்டை : நீங்கள் முதுமை அடைவதுவரைக்கும் இப்படிச் சொல்லிக்கொண்டே இருப்பதில் எவ்வித மான தடையும் இல்லை, அல்லவா? அதுவரைக்கும் உங்களுடைய இப்படிப் பட்ட பராக்கிரமங்களைக் கணக்கு வைத்துக்கொண்டே சென்றால் தேவயானி உங்களுக்கு முன்னாலேயே முதுமை யடைந்துவிடுவாள்...

யயாதி : ஏன்? போகத்தைத் தவிர வேறெந்தப் பராக்கிரமமும் இல்லை என்று எண்ணிக்கொண்டாயா?

சர்மிஷ்டை : இல்லை என்று எப்போது சொன்னேன்? ஆனால் வெற்றிகொள்ள முடிந்த தேசங்களுக்கும் கொல்ல முடிந்த எதிரிகளுக்கும் ஓர் எல்லை இருக்கிறது. படுக்கையில் அப்படிப்பட்ட எல்லை எங்கே இருக்கிறது? ஆரிய வர்த்தத்தின் பெண்களையெல்லாம்...

யயாதி : என்னை வீணாகச் சீண்டிப் பார்க்க வேண்டாம். இதுவரைக்கும் தேவயானியின் பேச்சைக் கேட்டு உன் தொல்லையைச் சகித்துக்கொண்டிருந்தேன். இனிமேல், என் அரசியின் வழியாக வெளிப்படும் இப்படிப்பட்ட சொற்களைச் சகித்துக்கொள்ள முடியாது.

சர்மிஷ்டை : நான் உங்கள் அரசியா? இது என்ன பைத்தியக் காரத்தனம்? சந்தேகமே இல்லை... *(சிரித்தபடி)* என்னதான் இருந்தாலும் என் தந்தைக்கு அளித்த வாக்கின்படி நான் தேவயானியின் பணிப்பெண்தான். தோழியின் பணிப் பெண்ணாக இருந்ததே போதும், இனிச் சக்களத்தியின்

பணிப்பெண்ணாக இருக்கும் ஆசை எதுவும் இல்லை. இப்போது, அரசியின் இருப்பிடத்தில் கையைப் பற்றிக் கொண்டதே போதும், நாளை ஒரே கட்டிலின்மேல் மோதல் எதுவும் வர வேண்டாம். தேவயானியொன்றும் சாவி கொடுத்து இயக்கக்கூடிய பொம்மையென நினைத்துக்கொள்ள வேண்டாம் அரசரே. அவளைப்பற்றி இன்னும் நீங்கள் முழுமையாக அறிந்துகொள்ளவில்லை. அவளுடைய வாழ்வில் கசன் குறுக்கிடுவதற்கு முன்னால் ஒருவேளை அவள் இப்படிப்பட்ட சொற்களைக் கேட்டுக் கொள்பவளாக இருந்திருப்பாளோ என்னமோ. ஆனால் அவளுடைய இதயத்தில் கசனுடைய நிழல் படரத் தொடங்கியதற்குப் பிறகு...

யயாதி : உன்னைப்போல மாறிவிட்டாளா?

சர்மிஷ்டை : ஒரு சின்ன செய்தி சொல்கிறேன். கசன் அவளுடைய காதலை ஏற்க மறுத்துவிட்டுச் சென்ற ஏழு நாட்களுக்குப் பிறகு நடந்த சம்பவம்... துக்கம் தாளாமல் அவள் அழுது அழுது உடல் சோர்ந்திருந்தாள். அதுவரைக்கும் வீட்டை விட்டு எங்கேயும் செல்லாதவள் என்னோடு நீச்சலடிப்பதற்காக வந்தாள். நீந்தி விளையாடும் போது ஓர் அழகான தாமரை மொட்டு அவள் முகத்தில் பட்டது. கோபம்கொண்டு அதை இழுத்துச் சின்னா பின்னமாகப் பிய்த்துப் போட்டுவிட்டாள். அவள் கூந்தல் மட்டும் தாமரைத் தண்டோடு எங்கோ சிக்கிக்கொண்டது. அதை விடுவிப்பதற்கு நான் செல்வதற்குப் போகும் முன்பே சீற்றத்தோடு, அக்கொடியையும் இழுத்துத் துண்டு துண்டாகப் பிய்க்கத் தொடங்கிவிட்டாள். என்னால் அதை நம்பவே முடியவில்லை. காலில் கடிக்கிற எறும்பைக்

கூட மெதுவாகத் தட்டித் தள்ளிவிடுகிற தேவயானி, ஒரு கொடியையே இழுத்துப் பிடுங்கிப் போட வேண்டுமென்றால்..? ஒருவேளை, அக்கொடியால் அவள் கூந்தலுக்கு ஏதேனும் வலி உண்டாகியிருக்கக்கூடுமோ என்னமோ..! சேறு மண்டியிருந்த அவள் முகத்தை வறண்டுபோன கிணற்றங்கரையிலிருந்து மேலேற்றும் போதுதான் நீங்கள் பார்த்தீர்கள். ஆனால் மன விகாரங்கள் மண்டிய அவள் முகத்தை நான் பார்த்திருக்கிறேன். ஒருமுறை பார்த்ததே போதும்...

யயாதி : அதைப் பற்றிக் கவலை வேண்டாம். நான் இருக்கும் போது எதற்குக் கவலை?

சர்மிஷ்டை : உங்களைப்பற்றிய கவலைதான். நான் அரக்க குலத்தவளாக இருந்தாலும் அரசியின் பணிப்பெண் என்பதற்காகத் தெருவில் நடமாடுவதற்காகவாவது விடுகிறார்கள். அரசியாகிவிட்டால்... *(சாளரத்தின் பக்கம் விரலைக் காட்டி)* ஆயிரக்கணக்கில் உள்ள இந்த மக்கள் என்ன செய்வார்கள் என்பதைப் பற்றி யோசித்துப் பார்த்தீர்களா?

யயாதி : *(கலவரமுற்று எழுந்து)* சர்மிஷ்டை, மக்கள் என்றதும் தான் நினைவுக்கு வருகிறது... புருவுக்காக இந்த அந்தப்புரம் இன்னும் அலங்கரிக்கப்படவே இல்லையே...

சர்மிஷ்டை : பயப்பட வேண்டாம். புத்திசாலித்தனம் மிகுந்த உங்கள் பணிப்பெண்கள் இன்னொரு அந்தப்புரத்தை அலங்கரித்துவைத்திருக்கிறார்கள். இப்போது நேர்ந்தது போன்ற நெருக்கடிகள் இதற்கு முன்பும் பலமுறை நேர்ந்த தருணங்களில் சமாளித்த அனுபவங்கள் அவர்களுக்கு இருக்கக்கூடும்...

யயாதி : *(பொருட்படுத்தாமல்)* யார் அங்கே?

சுவர்ணலதா : *(உள்ளே நுழைந்தபடி)* அரசே..!

யயாதி : அந்தப் பூக்காரர்களைச் சீக்கிரமாக உள்ளே வரவழைத்து அலங்கார வேலைகளை ஆரம்பிக்கச் சொல்...

சுவர்ணலதா : பூக்காரர்கள் புறப்பட்டுச் சென்றுவிட்டார்கள் அரசரே.

யயாதி : புறப்பட்டுச் சென்றுவிட்டார்களா? ஏன்? யாரைக் கேட்டுக் கொண்டு சென்றார்கள்? அவர்களுடைய தலையைத் துண்டித்துவிடுகிறேன்...

சுவர்ணலதா : தேவயானி அம்மாதான் அவர்களுக்கு அப்படிக் கட்டளையிட்டார்கள்...

யயாதி : *(அதிர்ச்சியுற்று)* அவள் எப்போது இங்கே வந்தாள்? எங்கே இருக்கிறாள் இப்போது?

சுவர்ணலதா : வெளியே நின்றிருக்கிறார். வந்து சிறிது நாழிகை தான் ஆயிற்று...

யயாதி : முட்டாள் பெண்ணே, அதை முதலிலேயே சொல்லக் கூடாதா?

(சுவர்ணலதா அமைதியாக இருக்கிறாள். சர்மிஷ்டை சிரிக்கிறாள்.)

போ அவளை உள்ளே அனுப்பு.

(சுவர்ணலதா புறப்பட்டுச் செல்கிறாள்.)

இப்போது என்ன செய்வது சர்மிஷ்டை...? நீ இங்கிருந்து கிளம்பு. நான் அவளை அமைதிப்படுத்துகிறேன்.

கிரீஷ் கார்னாட்

சர்மிஷ்டை : இப்போது நான் சென்று என்ன பயன் அரசே..? அவளைக் கட்டுப்படுத்தும் வழி எனக்குத் தெரியும்...

யயாதி : பேசாமல் நான் சொல்கிறபடி கேட்கக் கூடாதா? ம்... இங்கிருந்து கிளம்பு.

சர்மிஷ்டை : ஒரே ஒரு விஷயம். காரணமில்லாமல் அவளுக்குக் கோபமுண்டாக்க வேண்டாம். அமைதியாகப் பேசுங்கள்...

(சர்மிஷ்டை இடது பக்கமாகச் செல்கிறாள். தேவயானி வலது பக்கத்திலிருந்து வருகிறாள். கோபதாபங்களால் கண்கள் சிவந்திருக்கின்றன.)

யயாதி : வா தேவி...

தேவயானி : *(உணர்வுகள் கொந்தளிக்க)* மிகவும் நன்றாக இரு கிறது... அந்தப்புரத்தின் மறுசீரமைப்பு வேலையை நன்றாகவே செய்திருக்கிறீர்கள் ... இப்படிப்பட்ட முகூர்த்த வேளை எந்தக் கடவுளின் கருணையினாலும் கிடைக்காது. அவள் எங்கே போனாள்?

யயாதி : *(தடுமாறி)* யார்? இங்கே பார் தேவி, சும்மா... இல்லை யில்லை... என்ன..?

(தேவயானி அதைப் பொருட்படுத்தாமல் இடது பக்கத்தில் உள்ள சில திரைச்சீலைகளை விலக்கிப் பார்க்கிறாள். ஒரு திரைச்சீலையின் பின்னால் சர்மிஷ்டை நிற்கிறாள்...)

சர்மிஷ்டை... நீ இன்னும் இங்கே...

தேவயானி : *(கோபமும் பொறாமையும் குரலில் வெளிப்பட்டு விடாதபடி மறைப்பதற்கு முயற்சி செய்தவாறு)* வா,

சர்மிஷ்டை. ஆரியபுத்திரரே, வெட்கப்பட வேண்டாம். என் சின்ன வயதிலிருந்தே அவள் எனக்குத் தோழி. அவளுடைய இயல்புகள் எனக்குத் தெரிந்த அளவுக்கு உங்களுக்குத் தெரியாது.

சர்மிஷ்டை : *(எச்சரிக்கையுணர்வோடு)* நானும் அரசரிடம் அதையே சொல்லிக்கொண்டிருந்தேன்...

தேவயானி : பேச வேண்டாம் மாயக்காரியே... எனக்கே மோசம் செய்கிறாயா? *(உணர்ச்சிகள் பொங்கி வழிவதால் பேச இயலாதவளாக)* இல்லை... இல்லை... நீ இங்கிருந்து போய் விடு...

யயாதி : தேவயானி, என் பேச்சைக் கேள். நடந்ததையெல்லாம் மறந்துவிடு...

தேவயானி : அது இன்னொருமுறை நடந்துவிடக் கூடாது என்பதற்காகவே அவளைப் போகச் சொல்கிறேன். நீங்களும் அவளுடைய இருப்பிடத்துக்குச் செல்லக் கூடாது... அவள் அரக்க குலத்துப் பெண். எல்லா விதமான நம்பிக்கைத் துரோகங்களுக்கும் அவள் தயாராக இருப்பாள். அவள் புறப்பட்டுச் செல்லத்தான் வேண்டும்... எங்கு வேண்டுமானாலும் போகட்டும்... வேண்டுமென்றால் அவள் தன் வீட்டுக்குக்கூடப் போய்க் கொள்ளலாம்...

சர்மிஷ்டை : வீட்டு விஷயத்தைப்பற்றி மட்டும் பேச வேண்டாம் தேவயானி. வீடு எனக்கு மயானம்... உனக்குப் பணிப் பெண்ணாக இருந்துவிட்டு எந்த முகத்தோடு வீட்டுக்குச் செல்ல முடியும்..?

தேவயானி : ஆரம்பத்திலேயே இந்த உணர்வு ஏன் இல்லாமல் போனது? என் பொறுமைக்கும் பாசத்துக்கும் நீ கொடுத்த பரிசு இது... போ, போய் எங்காவது செத்துத்தொலை. இதோ, பணிக்கடமைகளிலிருந்து உன்னை விடுவிக்கிறேன்... சுதந்திரமாக எங்கு வேண்டுமானாலும் சென்று தூக்குப் போட்டுக்கொண்டு செத்துப்போ. எப்படியோ, இந்த நாட்டை விட்டுப் போய்விடு...

யயாதி : தேவயானி, கொஞ்சம் யோசித்துப் பேசக்கூடாதா?

தேவயானி : இது அரச கட்டளை சர்மிஷ்டை.

(சர்மிஷ்டை அவள் பேசுவதையெல்லாம் கேட்டபடி நிற்கிறாள். அவளுடைய பார்வை யயாதியின் பக்கம் சென்ற போது மட்டும் எதிர்ப்புணர்வு குறைந்துபோகிறது... குரல் மிருதுவாக மாறுகிறது.)

சர்மிஷ்டை : உன் மனம்போலவே நடக்கட்டும், தேவி. இதோ கிளம்பிவிட்டேன்... இனிமேல் இங்கே வர மாட்டேன்.

யயாதி : கொஞ்சம் இரு சர்மிஷ்டை... அரச கட்டளையை மாற்றுகிறேன். போக வேண்டாம்...

சர்மிஷ்டை : *(கேலியாக)* எனக்குக் கட்டளையிடுகிறீர்களா? உங்கள் கட்டளைக்குக் கீழ்ப்படிவதற்கு நான் உங்கள் பிரஜை இல்லை... இனிமேல், உங்கள் அரசியின் அந்தப்புரத்தில் வேலைசெய்கிற பணிப்பெண்ணும் அல்ல. நான் பெண். எனக்குப் பிடித்தபடி நடப்பேன்.

யயாதி : விருப்பம்போலச் சத்தம்போட்டுப் பேசிக்கொள். நான் உனக்குக் கட்டளையிடுகிறேன்...

தேவயானி : *(வெறுப்போடு)* சீ, இவள் நாக்கை அறுக்க வேண்டும்... அதைவிட்டு, அவள் கொட்டும் வசையை யெல்லாம் காதில் வாங்கிக்கொண்டு, அவளை இங்கேயே தங்க வைத்துக்கொள்கிற அளவுக்கு வந்துவிட்டீர்களா ஆரிய சக்கரவர்த்தி ..? இப்போது பூந்தோட்டத்தில் போதிய எண்ணிக்கையில் விலைமகளிர்கள் இல்லையா?

சர்மிஷ்டை : தேவி, நான் ஒரு ஷத்திரியனின் விலைமகளா? என் மனத்தில் இருப்பதை உன்னால் புரிந்துகொள்ள முடிய வில்லை... எனக்குக் கிடைத்த சுதந்திரத்தை உன் கணவனின் காலில் போட்டு மிதிபடவைப்பதற்கு எனக்கு எந்த ஆர்வமுமில்லை...

யயாதி : *(சர்மிஷ்டையிடம்)* நீ ஏன் இப்படி அலறுகிறாய் என்பதை என்னால் புரிந்துகொள்ள முடிகிறது... தேவயானி, இங்கே அரச வேசி என்கிற பேச்சுக்கே இடமில்லை... நான் சர்மிஷ்டையை என் அரசியாக ஏற்றுக்கொள்ள இருக் கிறேன்...

தேவயானி : *(இடி இறங்கியவளைப்போல)* அரசி..! உங்கள் அரசி..! என் பணிப்பெண் உங்களுக்கு அரசியா? சீ... சீ, என்ன பேச்சு இது? ஆரியபுத்திரனே, உங்களுக்கு ஏன் எதுவும் தெரியாமல்போனது?

யயாதி : அதில் என்ன இருக்கிறது? நீ அப்போதே அவளை விடுவித்துவிட்டாய் அல்லவா?

சர்மிஷ்டை : கவலைப்படாதே தேவி. அவர் அப்படிச் சொன்னாலும் நான் ஏற்றுக்கொள்ள வேண்டுமல்லவா? உனக்கு இப்போது

செய்ததுபோல எனக்கும் மோசம் செய்யக்கூடியவர்தான் இவர்..! இவருடைய காம உணர்வையும் புத்தியையும் பார்க்கும்போது...

யயாதி : அருமை, அருமை. உன் நடிப்பு மிகவும் அருமை... இன்று வரை நானும் பற்பல பெண்களை நெருங்கிப் பார்த்திருக்கிறேன். ஆனால் உன்னைப்போலப் பொய் சொல்கிறவளை, நடிப்பவளை, பழிதூற்றும் தீய குணங்கள் உள்ளவளை எங்கேயும் பார்த்ததில்லை... *(அவள் தோளைப்பற்றி)* உண்மையைச்சொல். என்னைத்திருமணம் செய்துகொள்ளும் ஆசை உனக்கு இல்லையா?

சர்மிஷ்டை : என் கையை விடுங்கள்... கையை விடுங்கள் என்று சொல்கிறேனே, கேட்கவில்லையா?

தேவயானி : *(இடைமறித்து)* அவள் கையை விடக்கூடாதா?... என் கண் முன்னாலாவது கொஞ்சம் வெட்கம் இருக்கட்டும்...

யயாதி : விடமாட்டேன் சர்மிஷ்டை. முதலில் சொல்... இந்த நடிப்பு, இந்த வசைகள் எல்லாமே சுக்கிராச்சாரியாரின் கோபத்திலிருந்து என்னைக் காப்பாற்றும் முயற்சிகள் அல்லவா? இப்போது இல்லையென்று பொய் சொல்கிறாய். *(அவள் தோளைப்பற்றியிருந்த பிடியைவிட்டு)* அந்த அளவுக்கு நான் முட்டாள் அல்ல. எங்கே தேவயானிக்குக் கோபம் வந்து சுக்கிராச்சாரியாரின் கோபத்தை அதிகப்படுத்திவிடுவாளோ என்கிற பயம் உனக்கிருக்கிறது, அல்லவா? தேவயானி, நீயும் இந்த அளவுக்கு ஏன் பிடிவாதம் பிடிக்கிறாய்?

தேவயானி : *(ஆச்சரியப்பட்டு)* வேண்டுமளவுக்குப் பெண்களை நீங்கள் மணம்புரிந்துகொள்ளலாம்... விருப்பமில்லை

யென்றால் நாளையிலிருந்து என் அந்தப்புரத்துக்குள் வருவதைக்கூட நீங்கள் நிறுத்திக்கொள்ளலாம். கவலை இல்லை. ஆனால் இவளை அனுப்பியே ஆக வேண்டும்.

யயாதி : ஏன் இந்தப் பிடிவாதம் தேவி..?

தேவயானி : நீங்கள் நினைத்துக்கொண்டிருப்பதைப்போல மறப்பது எளிமையான விஷயமல்ல... அது மட்டுமில்லாமல், இன்று காலையில் விலைமகளைவிடக் கீழானவள் என்று சொல்லி என்னை அவமானப்படுத்தினாள்... எனக்கு என் அப்பாவைத் தவிர வேறெந்த ஆதரவும் இல்லையென்று சொன்னாள். இப்போது விலைமகளைப் போலத் தெருவோரத்தில் விழுகிறவர் யார் என்பதை நான் பார்க்க வேண்டும்.

சர்மிஷ்டை : *மற்ற காரணங்களை நீ மறைக்க வேண்டாம் தேவி! அதனால் என்ன? சொன்னபடி நிற்கிற துணிச்சல் எனக்கு இருக்கிறது, பயப்பட வேண்டாம். நான் அரசியாக மாட்டேன்.*

யயாதி : *அடாடா, எவ்வளவு தியாக உணர்வு! எப்படிப்பட்ட பலி! என்னைச் சுக்கிராச்சாரியாரின் கோபத்திலிருந்து காப்பாற்றுவதற்கு எப்படிப்பட்ட பாடுகள்! அட பைத்தியமே, இப்படித் தன்னையே பலியாக வழங்குகிறவளுக்குப் போதுமான அளவில் ஆயுள் உலகத்திலேயே இல்லை. இங்கே இருப்பதெல்லாம் ஒன்றே. இளமை! அதுவும் மரணத்தின் நிழலில்! ஒரு மஞ்சத்திலிருந்து இன்னொரு மஞ்சத்துக்குத் தாவுவதற்கு முன்பே நெற்றிமீது ஒரு நரைத்த தலைமுடி எட்டிப் பார்க்கிறது.*

கிரீஷ் கார்னாட்

(சர்மிஷ்டையின் முகத்தில் புன்னகை அரும்புகிறது.)

தேவயானி : அவளைப் போல ஆயிரக்கணக்கில் பெண்கள் கிடைப்பார்கள் அரசே... அவளை அவள் வழியில் போக விடுங்கள். உங்கள் காலில் விழுகிறேன்.

சர்மிஷ்டை : *(சிரிப்பைக் கட்டுப்படுத்த இயலாதவளாக)* நான் செல்கிறேன் அரசே... வாழ்க்கையில் முதன்முறையாக நான் தேவயானியின் ஒப்பந்தத்துக்குக் கட்டுப்பட்டிருக்கிறேன். இப்படிப்பட்ட அபூர்வமான தருணங்களைக் கெடுக்க வேண்டாம்...

யயாதி : *(அரைகுறையான கோபத்தோடு)* போக வேண்டுமென்றால் இந்த அந்தப்புரத்தைவிட்டுச் செல்லலாம். ஆனால் அரண்மனையைவிட்டு எங்கேயும் போகக் கூடாது. எச்சரிக்கை... சரி, போ.

சர்மிஷ்டை : உங்களிடம் சொல்ல வேண்டியதையெல்லாம் சொல்லிவிட்டேன். நான் வெளியேறுவதைத் தடுக்க முடியாது. உங்களையாவது காப்பாற்றலாம் என்று வந்தேன். உங்களுக்கும் ஆசையிருந்தால் வாருங்கள், என்னை மட்டும் பழிக்க வேண்டாம்...

(கிளம்பிச் செல்கிறாள். வெளியில் இசைக் கருவிகளின் முழக்கம் கேட்கிறது. மக்களின் ஆர்ப்பாட்டச் சத்தமும் கேட்கிறது.)

யயாதி : அதோ, இளவரசன் வந்துவிட்டான். அந்தப்புரத்தை அலங்கரிக்கும் வேலை நடக்கவே இல்லை... இனியும் முகூர்த்த வேளையைத் தவறவிடக் கூடாது தேவி, நீ இளவரசனுக்கு ஆரத்தி எடுக்க வேண்டும், கிளம்பு...

தேவயானி : ஆரியபுத்திரரே, என் மனத்திலும் விஷம் நிறைந் திருக்கிறது... அதை அந்த அரக்கியின் மீது துப்பும் படியான கட்டாயத்துக்கு ஆளாக்க வேண்டாம். நான் இன்றுவரை, உங்களிடம் எதையும் கேட்டதில்லை... இப்போது ஒன்று மட்டும் கேட்கிறேன். சர்மிஷ்டையை விட்டுவிடுங்கள்...

யயாதி : *(உறுதியான குரலில்)* வேறு யாரைப் பற்றிச் சொல்லி யிருந்தாலும் ஏற்றுக்கொண்டிருப்பேன் தேவி. ஆனால், இவளைப் பற்றி மட்டும் அப்படிச் சொல்ல வேண்டாம்... நான் இத்தனை நாள் இளம்பெண்களின் மனத்தை என் பேச்சாலும் அழகாலும் வெற்றிகொள்கிறவனாக இருந்தேன். ஆனால் இன்று சர்மிஷ்டை என்னை அடியோடு மாற்றி விட்டாள். அழகால் அல்ல, கட்டளையாலும் அல்ல, பேச்சாலேயே வீழ்த்திவிட்டாள். பரத குலம் இப்படித் தோற்கலாமா? என் மனத்தில் மீண்டும் அமைதி பிறக்க வேண்டும் என்றால், அவளை நான் வெற்றிகொள்ளவே வேண்டும்... அது மட்டுமல்ல தேவயானி, ஒரு சின்ன விஷயம்... உங்களுக்கிடையே நடைபெறும் சில்லறைச் சண்டை களால், அந்தப்புரத்துக் கோபதாபங்களால் நான் முதுமை யடைந்ததைப்போல உணர்கிறேன்... அதை மறக்கவைத்து சர்மிஷ்டை எனக்கு இளமையை மீண்டும் வழங்கியிருக் கிறாள். நான் அவளை விட முடியாது... போ, போ, இளவரசன் வந்திருக்கக்கூடும்.

தேவயானி : நான் வர மாட்டேன்... நீங்களே செல்லுங்கள், அவள் பின்னாலேயே...

யயாதி : வர மாட்டாயா? ஏன் தேவி? நம் சண்டைக்கும் இளவரசனுக்கும் என்ன தொடர்பு? மக்கள் என்ன சொல் வார்கள்? சரி, நீ வரமறுத்தால் என்ன செய்ய முடியும்? இங்கேயே இரு. ஓய்வெடுத்துக்கொள். நான் இளவரசனை இங்கேயே அழைத்துவருகிறேன்...

(கிளம்பிச் செல்கிறான். கோபத்தைத் தாங்கிக்கொள்ள முடியாமல் தாலிக்கொடியை இழுக்கிறாள் தேவயானி. அதன் மணிகள் தரையில் உருண்டோடுகின்றன.)

தேவயானி : இனிமேல், இந்த அரண்மனையில் உறக்கத்துக்கும் ஓய்வுக்கும் இடமில்லை அரசரே! இனிமேல் முழுக்க' முழுக்க... விழிப்பு... மரணம்..!

(ஒவ்வொன்றாகத் தன் ஆபரணங்களைக் கழற்றி வைக்கிறாள். ஆவேசத்தில் அவள் உடல் கடகடவென நடுங்கு கிறது. சுவர்ணலதா வருகிறாள்.)

சுவர்ணலதா : தேவி, இளவரசர் வந்திருக்கிறார்... ஆரத்தி ஏற்பாடு... இது என்ன தேவி?

தேவயானி : வேண்டுமென்றால் இளவரசர் திரும்பிப் போகட்டும்... என் கஷ்டங்களே போதும் போதுமென்கிற அளவுக்கு இருக்கிறது... பாயை விரித்துப் படுத்தால் போதும் என்பது போல உள்ளது..

சுவர்ணலதா : அப்படிச் சொல்ல வேண்டாம். உங்களுடைய மருமகள் வந்திருக்கிறாள். அரசர் என்ன வேண்டுமென் றாலும் சொல்லட்டும், உங்கள் கடமையை நீங்கள் செய்ய வேண்டும் அல்லவா?

தேவயானி : அவர்கள் செய்வதையெல்லாம் சகித்துக்கொள்வதற்கு நான் ஒன்றும் ஷத்திரிய அரசியல்ல, புரிந்ததா? நான் இங்கே இன்னும் ஒரு கணம் உயிரோடு இருந்தாலும் அது என் குலத்துக்கே அவமானமாகிவிடும்...

சுவர்ணலதா : இது என்ன தேவி? இளவரசர் சின்னப் பிள்ளையைப்போல இருக்கிறார். நாளை சர்மிஷ்டையையும் மறந்துவிடலாம். வெறுமனே கோபித்துக் கொள்வதால் வீண் பிரச்சினைதான் வரும். அது மட்டுமல்ல, புருவுக்கும் இதற்கும் என்ன தொடர்பு இருக்கிறது? அவருடைய மணமகள், பாவம் அல்லவா! இப்போது நேர்ந்திருப்பது அவமானமென்றால், அவள் காலடி வைத்த நேரத்தால்தான் அது நேர்ந்தது என்கிற அவப்பெயரை அவளுக்குத்தான் மக்கள் சூட்டிப் பேசுவார்கள்.

தேவயானி : அப்படியென்றால் எனக்கு நேர்ந்த அவமானம்? என் அன்பு புறக்கணிக்கப்பட்டுத் தெருவில் வீசப்படும் போது, என் சக்களத்தியின் மருமகளுக்கு உருவாகும் அவமானத்தை நினைத்துக் கவலைப்பட வேண்டுமா?

சுவர்ணலதா : அவள் ஒன்றும் சக்களத்தியின் மருமகள் அல்ல. உங்கள் மருமகள். இளவரசர் தன் இளமையிலேயே இழந்து விட்ட தாயை நினைத்து, வீட்டுக்கு வருகிற மருமகளைப் பழிக்க வேண்டாம். அவள் எந்தப் பாவமும் அறியாதவள்.

தேவயானி : நானே பாவி, சுவர்ணா! இந்தப் புண்ணியத் தலத்தில் இருக்கும் தகுதி எனக்கு இல்லை... நானே இங்கிருந்து கிளம்பிச் செல்கிறேன்...

சுவர்ணலதா : சூழல்களின் நெருக்கடியால் உதறிவிட்டுச் சென்றாலும் மனத்தை உதறிவிட்டுச் செல்ல முடியாது தேவி...இன்னும் நிலைமை கைமீறிப் போகவில்லை. நீங்கள் பொறுமையை இழந்தால்தான் எல்லாமே பொசுங்கிச் சாம்பலாகப் போகும். என் பேச்சை மதிக்காவிட்டாலும் பரவாயில்லை, என் அனுபவத்தையாவது மதித்து நடந்து கொள்ளுங்கள் தேவி.

தேவயானி : ஒவ்வொருவருக்கும் அவரவருடைய அனுபவம் இருக்கிறது. அதிலிருந்து வெளியேறி, இன்னொருவருடைய அனுபவத்தைக் கழுத்தில் கட்டிக்கொண்டு அழுவதில் எந்தப் பொருளும் இல்லை...நான் முடிவுகட்டி விட்டேன்.

சுவர்ணலதா : மனத்தை மாற்றிக்கொள்ள முடியும். ஆனால் ஒருமுறை சாம்பலாகிவிடும் உயிர் இந்தப் பிறப்பில் இன்னொருமுறை கிடைக்காது தேவி!

தேவயானி : *(பொறுமையிழந்து)* சும்மா இரு, பணிப்பெண்ணே..!

(பணிப்பெண் என்னும் சொல்லைக் கேட்டதுமே சாட்டையால் அடிபட்டதைப்போல நடுங்கித் துடித்துப்போகிறாள்.)

நான் வரும்போது இந்தத் தாலிக்கொடியைத் தவிர வேறொன்றும் இல்லை. இப்போது, இந்த அமங்கலமான தாலிக்கொடியின் சுமையும் இல்லாமல் போகிறேன்...

(ஆபரணங்களையெல்லாம் கழற்றிவைக்கிறாள். சுவர்ணலதா தாலிக்கொடியின் மணிகளைச் சேகரிக்கிறாள்.)

சுவர்ணலதா : நான் பணிப்பெண் என்பது உண்மைதான். என் அனுபவத்துக்கும் அதே மதிப்புத்தான் என்பது எனக்கு

மறந்துபோய்விட்டது... தேவி, உங்கள் தந்தையிடம் கேட்டுப் பாருங்கள், அவர் ஞானி... உங்களுக்கு...

தேவயானி : அதை நீ சொல்ல வேண்டியதில்லை. அவருடைய ஆசிரமத்துக்குத்தான் செல்கிறேன்.

சுவர்ணலதா : அதற்கு ஏன் ஆசிரமத்துக்குச் செல்ல வேண்டும்? இளவரசரைப் பார்ப்பதற்காகச் சுக்கிராச்சாரியாரே இங்கே வந்திருக்கிறார்...

(இசைக் கருவிகளின் முழக்கம் உச்சத்துக்குச் செல்லும் ஓசை கேட்கிறது. சுவர்ணலதா சாளரத்தின் பக்கம் சென்று பார்க்கிறாள்.)

தேவி, அரண்மனைக்குள் இளவரசர் வந்துவிட்டார்..! அவருக்கு ஆரத்தி எடுக்க வேண்டும், சீக்கிரம் எழுந்திருங்கள்.

தேவயானி : *(அவளைத் தடுத்து)* பொறு முட்டாளே. என் அப்பா எங்கே இருக்கிறார்?

சுவர்ணலதா : அவர் அரண்மனையை நெருங்கிவிட்டார் என்று இப்போதுதான் யாரோ பேசிக்கொண்டார்கள். சம்புதேவரின் ஆலயத்திலிருந்து வெளியே வந்துகொண்டிருந்தாராம்...

தேவயானி : சரி, அந்த அளவுக்காவது என் துரதிருஷ்டம் தொலைந்ததே...

(கிளம்ப வேண்டும் என்று நினைக்கிறாள். அதற்குள் சர்மிஷ்டை வருகிறாள்.)

நீ எங்கே இந்தப் பக்கம்? அழிவின் கடைசி விதைகளைத் தூவிவிட்டுப் போவதற்காக வந்திருக்கிறாயா?

சர்மிஷ்டை : ஒரு வார்த்தை சொல்ல வேண்டுமென்று வந்தேன்... இளவரசர் இதோ வந்துகொண்டே இருக்கிறார். முதன்

முறையாக உன்னைப் பார்க்க இருக்கிறார் அவர். நீதான் அவரை எதிர்கொண்டு அழைத்திருக்க வேண்டும். போகட்டும், அவராகவே வரும்போதாவது அவரை அவமானப்படுத்தாமல் இரு...

தேவயானி : இளவரசரே வருகிறாரா? அதைச் சொல்ல நீ ஏன் இங்கே வர வேண்டும்? வேறு யாரும் பணிப்பெண் இல்லையா? கபடம் மிகுந்தவளே, எனக்குத் தெரியாது என்று எண்ணிக்கொண்டாயா? என் அப்பா இங்கே வந்திருக்கிறார் என்று கேள்விப்பட்டதுமே, எங்கே நான் அவரைச் சந்தித்து அவருடைய கோபத்தைத் தூண்டிவிடுவேன் என்று பயந்துவிட்டாயா? பார்த்தாயா சுவர்ணா? இளவரசரின் பெயரில் தன்னைக் காப்பாற்றிக்கொள்ள நினைக்கிற தந்திரக்காரர்களை உன் அனுபவத்தில் பார்த்திருக்கிறாயா?

சர்மிஷ்டை – சுவர்ணலதா : தேவி!

தேவயானி : ஏன் சுவர்ணா? உனக்கு ஏன் கோபம் வருகிறது? என் அந்தப்புரத்தவர்கள் எல்லோரும் அந்த மாளிகையின் ஆட்களாக மாறிவிட்டார்களா?

சுவர்ணலதா : அப்படிச் சொல்ல வேண்டாம், தேவி.

தேவயானி : போ சுவர்ணா, போ. வெளியே அரசர் தம் செல்ல மருமகளோடு வந்திருக்க வேண்டும். அவர்களுக்கு வரவேற்புக் கொடு. *(சுவர்ணலதா வெளியேறுகிறாள்)* இளவரசர் வருகிறவரைக்கும் என்னை இங்கேயே தடுத்து நிறுத்த நினைக்கிறாயா சர்மிஷ்டை? அதைவிட நீயே இங்கே உட்கார்ந்திருக்கலாம்... பார்த்த ஆண்களுக்குப் பின்னால் போவதையொட்டி *(குரலைத் தாழ்த்தி)* அரசரைப் பற்றிய கவலை இருந்தால் நீ வீட்டைவிட்டுத்தான் போக வேண்டும்.

சர்மிஷ்டை : நான் எங்கே போவேன் தேவி? நான் எங்கேயாவது சென்றால்கூட, என்னைக் கண்டுபிடித்து அழைத்துவர எவ்வளவு நேரம் ஆகும் அவருக்கு?

தேவயானி : அதெல்லாம் எனக்குத் தெரியாது... அரசரின் கைகள் உன்னைக் கொஞ்சிக்கொண்டிருக்கும்வரை என் மனத்துக்கு நிம்மதியில்லை.

சர்மிஷ்டை : தேவி...

தேவயானி : வணக்கம்...

(சர்மிஷ்டை இடது பக்கமாகத் திரும்புகிறாள். தேவயானி சென்ற பிறகு அவள் கழற்றிவைத்த ஆபரணங்களைப் படுக்கையின் அடியில் தள்ளி, அதே திசையில் ஓடுகிறாள். சிறிது நேரத்துக்குப் பிறகு யயாதி, புரு, சித்திரலேகா, சுவர்ணலதா எல்லோரும் வருகிறார்கள். வெளியே இன்னும் வாழ்த்து முழக்கங்களின் ஓசை ஒலித்தபடி இருக்கிறது. சிறிது நேரம் எல்லோரும் எதுவும் புரியாமல் நிற்கிறார்கள். யயாதியின் முகம் சிவக்கிறது.)

யயாதி : உண்மையாகவே தேவயானி வெளியேறிவிட்டாளா?

சுவர்ணலதா : ஆமாம் அரசே. அதைத்தான் நான் சொல்கிறேன் *(அச்சத்தோடு)* அவருக்குப் பின்னால் சர்மிஷ்டையும் சென்றிருக்க வேண்டும்.

யயாதி : எப்போது போனார்கள்? வெளியேறிப் போகும் அளவுக்கு என்ன ஆயிற்று அவளுக்கு?

சுவர்ணலதா : சுக்கிராச்சாரியார் ஊருக்குள் வந்திருக்கிறாராம். அவரை...

60 கிரீஷ் கார்னாட்

(யயாதி ஒன்றும் புரியாதவனாகக் குழப்பத்தோடு நிற்கிறான். அவனுடைய முகத்தின்மீது படர்ந்த ஆச்சரியத்தையும் பீதியையும் கண்டு இளவரசன் புரு வியப்படைகிறான்.)

புரு : அப்பாவைப் பார்க்கும் ஆசையைக் கட்டுப்படுத்திக் கொள்ள முடியாமல் போயிருக்கலாம். அது மட்டுமல்ல, அவர் என்னை ஒருபோதும் பார்த்தவருமல்ல... இனி மேல் ஒவ்வொரு நாளும் பார்த்துக்கொள்ளத்தானே போகிறோம்... அப்புறமாகப் பார்த்துக்கொள்ளலாம் என நினைத்திருக்கலாம். அதற்கென்ன இப்போது? சரி, நான் செய்யாமல் விட்ட வேலைகளையெல்லாம் இப்போது செய்யலாம்.

யயாதி : அதையெல்லாம் புரோகிதர்கள் பார்த்துக்கொள்வார்கள். நீங்கள் இருவரும் ஓய்வெடுத்துக்கொள்ளுங்கள். சுவர்ணலதா, அந்தப்புரத்துக்குச் செல்ல இவர்களுக்கு வழிகாட்டு .

புரு : எனக்கொன்றும் அவ்வளவாகக் களைப்பில்லை. நான் வருவதையொட்டி வழி நெடுக ஏற்பாடாகியிருந்த திருவிழாக் கோலங்களைப் பார்த்தபடியே ஊருக்கு வெளியே இரண்டு நாட்களைக் கழித்தபடி ஓய்வெடுத்ததே போதும் போதுமென்றாகிவிட்டது. போ. தேவி... நீயும் உன் பரிவாரங் களும் மாளிகைக்குச் செல்லுங்கள்...

சுவர்ணலதா : செல்லுங்கள் தேவி1

(புருவையும் யயாதியையும் தவிர எல்லோரும் போய் விடுகிறார்கள். யயாதியோடு உரையாடும்போது, முதன் முதலாகப் புருவின் குரலில் ஓர் ஆர்வமற்ற தன்மையின் நிழல் படிந்திருப்பதை வெளிப்படையாக உணர்ந்துகொள்ள முடிகிறது. உரையாடல்

தொடரத்தொடர அது இன்னும் வெளிப்படையாகவே புலப்படத் தொடங்குகிறது.)

யயாதி : வா புரு, நாம் சபைக்குச் செல்லலாம். அங்கேயே பேசலாம்.

புரு : இங்கேயே உட்கார்ந்துகொள்ளலாம் அப்பா. ஒருவேளை அரசி இங்கேயே வந்தாலும் வரலாம்.

(யயாதி ஆசனத்திலும் புரு கட்டிலிலுமாக அமர்கிறார்கள்.)

யயாதி : இங்கேயே அமரலாம் என்றாலும் சரிதான். இது உன் பிரியத்துக்குரிய இடமல்லவா?

புரு : ம், அரண்மனைக்குள்ளே எனக்கு இந்த ஒரு இடம் மட்டும் புனிதமானதாகத் தோன்றுகிறது அப்பா. சுவர்களுக்குக் காதுகள் உண்டு என்று சொல்வார்கள் அல்லவா? அப்படியே அவற்றுக்கு நாக்கும் இருந்தால், அவற்றின் சங்கீதத்தைக் கேட்டபடி இங்கேயே உட்கார்ந்திருப்பேன். *(சுற்றியும் பார்த்தபடி)* என் அன்புக்குரிய இடம்! முற்பிறப்பின் நினைவைப் போலத் தெரியும் என் தாயின் முகம்! சில கணங்களுக்கு மட்டுமே என் மனத்தில் ஆனந்தத்தை நிரப்பிய இடம்!

யயாதி : உன் வாழ்வே முடிந்துவிட்டதைப்போலப் பேச வேண்டாம் புரு. இவ்வளவு காலம் ஆசிரமத்தில் உழைத்த தெல்லாம் போதும்...இனிமேல் ஆனந்தம்தான்! அது இருக்கட்டும், உன் ஆசிரமத்தைப் பற்றியும் சுயம்வரத்தைப் பற்றியும் சொல்...

புரு : தூதர்கள் சொல்லியிருப்பார்களே?

யயாதி : தூதர்கள் சொல்லாமல் இருப்பார்களா? உனக்கு என்ன தோன்றியது சொல். குரு என்ன சொன்னார்? சுயம்வரம் எப்படி இருந்தது?

கிரீஷ் கார்னாட்

புரு : இன்னும் சொல்வதற்கு என்ன இருக்கிறது? எல்லா சுயம்வரங்களைப் போலவே இதுவும் நடந்தேறியது...

யயாதி : தற்புகழ்ச்சிக்கு வெட்கப்படக் கூடாது புரு. உலகில் எல்லா மாமனிதர்களுக்கும் வேலையே அதுதான். நீ ஏன் வெட்கப்படுகிறாய்?

புரு : நான் வெட்கப்படவில்லை... ஆனால் நான் மாமனிதன் அல்ல. மாமனிதர்கள் பிறந்த பரம்பரையில் தோன்றிய ஓர் எளிய மனிதன், அவ்வளவுதான்.

யயாதி : புரு, நம் வம்சத்தைப்பற்றிப் பேசும்போது நீ ஏன் தாழ்ந்த குரலில் ராகமிழுக்கிறாய்? நமது குலம் அப்படிப்பட்ட புகழ்வாய்ந்த குலம். அதில் பிறந்த மாமனிதன் நீ. அதன் பெருமைக்குப் பொருந்தியவனாக இருக்க வேண்டும். அதை விட்டுவிட்டு *(தாழ்ந்த குரலில்)* மாமனிதர் குலம் என்று மென்று விழுங்குவது எதற்காக? ஆசிரமத்தில்...

புரு : ஆசிரமத்தில்? சீ... சீ... அங்கே கற்றதெல்லாம் ஒன்று தான். நம் வம்சத்தின் பெருமை. என் தந்தை எப்படி ஒரே வாசிப்பில் ஐம்பது ரிக்வேத வரிகளை மனப்பாடம் செய்தார். எப்படி என் தாத்தா பதின்மூன்று வயது முதலாகவே வில் வித்தையில் கற்றுத் தேர்ந்து, உலகில் வீராதி வீரர்களையெல்லாம் தோற்கடித்தார், ஒன்றா இரண்டா? ஆசிரமம் முழுக்கமுழுக்க என் வம்சத்தைப் பற்றிய புகழ்மொழிகள்தான். ஒரு ஆலமரத்தில் நீ வாளால் வெட்டிய தடம் இன்னும் இருக்கிறது... "உங்கள் தந்தையான யயாதி பன்னிரண்டு வயதிருக்கும் போதே வெட்டிய வெட்டின் தழும்பு இது!" என்றெல்லாம் சொல்வார்கள்.

யயாதி : அதில் கேலி செய்ய என்ன இருக்கிறது? நான் அங்கே படிக்கும்போது இப்படிப்பட்ட வடுக்களையெல்லாம் பார்க்கிறபோது, நம் முன்னோர்கள் எந்த அளவுக்கு மாவீரர்களாக இருந்திருக்கிறார்கள் என நினைத்து என் இதயம் பூரித்துப்போகும்.

புரு : என்னுடைய இதயமோ சுருங்கிப்போகும். என்னுடைய தடம் என அதிலே என்ன இருக்கிறது? ஒன்றும் இல்லை. அவனைப் பார்ப்பதற்கு அவன் தந்தை வந்த போதெல்லாம் அவரோடு சண்டை போட்டிருக்கிறான். மற்ற நேரங்களில், அமைதியாகவே இருப்பான். அவன் தாயை மக்கள் மறந்துபோனதைப்போலவே அவனையும் மறந்துவிடுவார்கள். *(தனக்குத்தானே சொல்லிக் கொள்வதைப்போல)* பகல் முழுதும் இந்த மாளிகை, அதில் காணும் கனவுகளில் வந்துபோகும் முகங்கள்.

யயாதி : புரு, உனக்கு என்ன வேண்டும்? உனக்கு என்ன குறை? வம்சம், கல்வி, பேரழகியான அரசி...என்ன இல்லை உனக்கு?

புரு : அம்மா! என் நினைவில் மிதக்கும் அந்த முகம். யாருடைய முகம் அது? குருவாலும் இதற்கு விடைசொல்ல முடிய வில்லை. நீங்களும் சொன்னதில்லை. நான் கேட்ட போதெல்லாம் ஏதாவது ஒரு காரணத்தைச் சொல்லித் தப்பித்துக்கொள்கிறீர்கள். எப்படி இருந்தாள் அவள்? யார்?

யயாதி : அவள் எப்படி இருந்தாலும் அவளுக்கு உன் நட வடிக்கைகள் பிடிக்கும் என்று நினைத்தாயா? உன் அம்மாவைப் பற்றிய பேச்சை விடு. உன் மனப்பாரத்திலிருந்து விடுபடாவிட்டால் சித்திரலேகாகூட உன்னைப் பற்றி என்ன நினைப்பாள்? நம் குலத்தைப் பற்றி என்ன நினைப்பாள்?

புரு : என்ன நினைப்பாள்? சித்திரலேகாவின் சுயம்வரத்தில் முதன்முதலில் விற்போட்டியைத்தான் வைத்திருந்தார்கள். அதற்கப்புறம் கடைசி நேரத்தில் அதை நீக்கிவிட்டார்கள். ஏன் தெரியுமா?

யயாதி : *(ஆச்சரியப்பட்டு)* ஏன்?

புரு : எனக்கும் இந்த விஷயம் புரியவில்லை. புரிந்திருந்தால் இந்த சுயம்வரத்துக்கே போயிருக்க மாட்டேன். சித்திர லேகா சந்திர வம்சத்தைச் சேர்ந்த இளவரசனுக்குத்தான் மாலையிட்டிருக்க வேண்டும். மகள் ஆரியவர்த்தப் பேரரசின் பட்டத்து ராணியாக வேண்டும் என அவள் அப்பா நினைத்துக்கொண்டிருந்தாராம். சந்திர வம்சத்தின் இளவரசனுக்கு விற்போட்டி ஒன்றும் பெரிய விஷயமல்ல என்பதால் அதற்கு ஏற்பாடு செய்திருந்தார்களாம். அதற்குப் பிறகு என்னைப் பற்றிக் கேள்விப்பட்டதுமே அதை நிறுத்திவிட்டார்களாம். இப்படியாகச் சந்திர வம்சத்துக்குப் பரிசளித்தார்கள். உன் புகழுக்குப் பரிசளித்தார்கள். எனக்கல்ல, சித்திரலேகாவை உங்களுக்கே திருமணம் செய்துகொடுத்ததுபோல இருந்தது எனக்கு...

யயாதி : புரு, முட்டாளே..! என்ன பேசுகிறாய்? இப்படிப்பட்ட சாம்பலை உன் மூளைக்குள் நிரப்பியவர்கள் யார்?

புரு : சித்திரலேகா! *(ஆச்சரியத்தோடு யயாதி பார்க்கிறான்)* ஆமாம், அவளே! என் பதினைந்து நாள் மனைவி. என்னைப் பற்றி, அவள் மனத்தில் சொல்ல முடியாத அளவுக்கு வெறுப்பு! ஏன் வெறுக்க மாட்டாள்? பாவம். அவள் கல்வி யறிவு உள்ளவள். வீரத்திலும் புகழ் வாய்ந்தவளாக இருக்க

வேண்டும் என்கிற கனவு வேறு. அவளுக்கு உங்களைப் போன்ற மாவீரன் கணவனாக வாய்த்திருக்க வேண்டும். என்னைப்போன்ற அழுமூஞ்சியின் கழுத்தில் அவளைக் கட்டினால் அவளால் என்னதான் செய்ய முடியும்?

யயாதி : *(குழப்பத்தோடு)* இப்படிப்பட்ட முன்னோர்களின் வம்சத்தில் பிறந்த நீ எவ்வாறு இப்படி ஆனாய் புரு?

புரு : அதற்கு அந்த முன்னோர்களே காரணம். இளமைக் காலத்திலிருந்து இன்றுவரை காலை, மாலை, இரவு என எல்லா நேரங்களிலும் சொல்வதெல்லாம் ஒன்றே. "உன் முன்னோர்களைப் போல ஆகு. உன் முன்னோர்களைப் போல ஆகு." இந்த வீட்டில் நான் இருந்தபோது யாரும் இப்படிப்பட்ட வார்த்தைகளைச் சொன்னதில்லை... அப்படிப்பட்ட நினைவின் அடிப்படையிலேயே நான் இன்றுவரைக்கும் வாழ்ந்துவருகிறேன்...

(கணநேரம் அமைதி)

யயாதி : புரு, நாம் பேசத் தொடங்கினாலேயே சண்டைதான் வருகிறது. அது ஏன் என்பது இன்னும் எனக்குப் புரியவில்லை. நாம் இருவரும் இரண்டு தினங்கள் ஒன்றாக இருந்தால் போதும், வெறும் விவாதங்களிலேயே பொழுது போகிறது.

புரு : ஏன் விவாதிக்கக் கூடாது அப்பா? நான் ஆயிரம் முறை சொல்லிவிட்டேன். என் முன்னோர்களின் பாதையில் நடப்பதற்கு எனக்கு விருப்பமில்லை. என் வழியே வேறு...

யயாதி : ஏன்? அவர்களுடைய லட்சியத்தில் என்ன குறை இருக்கிறது? அவர்கள் தம் வாழ்வின் வழியாகப் பொது மக்களின் பார்வையில் கடவுளாகக் காட்சியளிக்கிறார்கள்.

புரு : *அவர்கள் கடவுளாகத் தெரிந்தார்கள் என்பதெல்லாம் சரி. நான் புழுவாகவே இருக்கிறேன். பொதுமக்களின் பார்வையில் கடவுளாகத் தெரிந்தார்கள் என்பதில் எனக்குச் சந்தேகமே இல்லை. ஆனால் அதே பொதுமக்களின் கண்களில் புழுவாகக் காட்சியளிப்பது முன்னோர்களில் யாருக்குச் சாத்தியமானது? சமூகம் அங்கீகரிக்காத ஒரு விஷயத்தைச் செய்வதுகூட ஒருவிதமான வரம் என்றே எண்ணுகிறேன்.*

யயாதி : *அப்படியென்றால் ஏன் திருமணம் செய்துகொண்டாய்? நாளையே அரசனானால் என்ன செய்வாய்?*

புரு : *நான் திருமணம் செய்துகொண்டது, புழுவாக நான் மாற்றமடையும் காரியத்தில் முதல் படி. என் முதல் மகனை உன் மடியில் வைத்துவிட்டு நான் புறப்பட்டுவிடுவேன். அவன் தன் முன்னோர்களின் நெடுஞ்சாலையில் நடக் கட்டும்... நான் என் வழியில் செல்கிறேன்.*

யயாதி : *பேசுவது மிகவும் எளிது புரு. உன் வழி எத்தகையது என்பதாவது உனக்குத் தெரியுமா? எனக்குத் தேரோட்டு கிறவன் ஒருவன் இருந்தான். இங்கே பணிப்பெண்ணாக இருக்கிறாளே, சுவர்ணலதா, அவளுடைய கணவன் அவன். அவனும் ஒருநாள் மனம் மாறி, மனைவியை விட்டு, மதுவின் பின்னாலும் மங்கையர்களின் பின்னாலும் போய்விட்டான். புழுவாக மாற வேண்டும் என முயற்சிசெய்தான். ஆனால் அவனால் முடியவில்லை. மன அமைதியும் கிடைக்கவில்லை. கடைசியில் தற்கொலை செய்துகொண்டான்... நீ என்ன செய்யப் போகிறாய் என்பது உனக்காவது தெரிகிறதா?*

யயாதி

புரு : *(உண்மையில் குழம்பியவனாக)* இல்லை, அந்தக் கேள்வி மட்டுமல்ல, வேறெந்தக் கேள்வியையும் நான் எதிர்கொள்ளவே இல்லை. என் பேச்சைக் கேட்டுக் கேட்டு நான் கேட்கும் திறனிழந்தேன். காதுகளைப் பொறுத்தவரை நான் பேச இயலாதவனானேன். நான் தனிமையில் இருக்கும்போது இந்த மாளிகையின் நினைவு ஒன்றைத் தவிர வேறு எதுவுமே தோன்றுவதில்லை. என் இருப்பைக் கண்டு நானே அச்சத்தில் மூழ்குமளவுக்குப் போய்விட்டது... இந்த உடலுக்கு நான் பட்டிருக்கும் நன்றிக்கடனைத் தீர்ப்பதற்கு ஒரு வழியை என் மனத்துக்குள் தேடித்தேடிப் பார்த்து விட்டேன், அங்கே எதுவுமே இல்லை. சுயமாகக் கேள்வி கேட்கிற துணிச்சல் வந்தால் போதும் அப்பா...

யயாதி : சுயமாகக் கேள்வி கேட்டுக்கொள்கிற துணிச்சல்? அப்படியென்றால் என்ன?

புரு : *(மீண்டும் அடங்கிய குரலில்)* உங்களுக்கு அதெல்லாம் எங்கே புரியப்போகிறது அப்பா? உங்களுக்கெல்லாம் கேள்வி கேட்கிற சந்தர்ப்பங்களே நேரவில்லை. மாவீரனாக வேண்டும், திறமைசாலியாக வேண்டும், மனைவி பிள்ளைகளின் நோக்கிலும் பொதுமக்களின் பார்வையிலும் கடவுளாகக் காட்சியளிக்க வேண்டும் என வழி தெளிவாகவே இருந்தது. மனத்தைப் பார்த்துக் கேள்வி கேட்கிற துணிச்சல் இல்லாமல் நான் நலிகிறேன். ஏதோ ஒரு காட்சி என் காதில் உதிர்த்துவிட்டுப்போன பிரச்சினையைப் புரிந்துகொள்ள முடியாமல் கொதிப்பேறியிருக்கிறேன். அதையெல்லாம் புரிந்துகொள்ளும் அளவுக்கு உங்களுக்கு நேரமெங்கே இருக்கிறது?

கிரீஷ் கார்னாட்

யயாதி : *(கருணையோடு)* ஆமாம். தப்பு என்னுடையதுதான். உன்னைப் புரிந்துகொள்ள நான் முயற்சியே செய்யவில்லை. இனிமேலாவது முயற்சி செய்கிறேன் புரு.

புரு : *(கைகுவித்து)* போதும் அப்பா, போதும். இந்தக் கருணையும் இரக்கமும் எனக்குப் பொருந்திவருவதில்லை... என் பேச்சாலும் நடவடிக்கைகளாலும் உனக்கு வெறுப்புத் தோன்றலாம். அதை இரக்கத்தால் மூடிமறைப்பது சந்திர வம்சத்துப் பழக்கமாக இருக்கலாம். உங்கள் வெறுப்புக்குக் கூட ஒரு விலை கொடுக்கலாம். ஆனால் நீங்கள் இரக்கம் காட்டினால் உடம்பே சுருங்கிப்போகிறது. இப்படிப்பட்ட இரக்கத்தால் எவ்விதமான பிரச்சினையும் தீர்ந்துவிடப் போவதில்லை. வாழ்க்கையின் உயிர்ச்சாறை பிரச்சினை குடித்துவிடும் என்கிற அச்சம் மூளும்போது மட்டுமே தீர்வுக்கான வழி பிறக்கும். அப்படிப்பட்ட பிரளய நேரம் இன்னும் வரவில்லை...

யயாதி : புரு, நாம் இருவரும் பேசுவதால் எந்தப் பயனும் இல்லை... பேசாமல் உட்கார்ந்திருக்கலாம்...

(புரு எழுந்து மாளிகையைப் பார்த்தபடி சுற்றிச் சுற்றி வருகிறான். சிறிது நேரம் அமைதி. பிறகு திடீரென –)

புரு : அப்பா, இந்த மாளிகை எனக்குப் பிடித்தமானதென்பதால், இங்கேயே அந்தப்புரத்தை அமைத்துக்கொள்வதற்கான ஏற்பாடுகளைச் செய்வதாகச் சொன்னீர்களே? அப்புறம் ஏன் செய்யவில்லை?

யயாதி : என்னமோ, அந்தக் கடவுளுக்குத்தான் தெரியும்! உனக்கு வேண்டுமென்று தோன்றினால் சொல்லியனுப்புகிறேன்,

இதற்காக மீண்டும் விவாதம் வேண்டாம். ஆனால் இங்கே அலங்கார வேலை இன்னும் செய்யப்படவில்லை...

புரு : செய்யாவிட்டாலும் பரவாயில்லை, அலங்காரத்தைக் கண்டு சித்திரலேகா ஒன்றும் அப்படியே ஆனந்தப்பட்டு விடப் போவதில்லை. அவள் இங்கேயே வரட்டும்.

யயாதி : யாரங்கே..?

சுவர்ணலதா : *(உள்ளே நுழைந்து)* அரசே!

யயாதி : சித்திரலேகாவிடம் இங்கேயே வந்து ஓய்வெடுத்துக் கொள்ளும்படி சொல்.

சுவர்ணலதா : ஆனால் அரசே...

யயாதி : சொன்னதைச் செய். அரசர் புருவின் மனம் அதை விரும்புகிறது என்று தீர்மானமாக அவளிடத்தில் எடுத்துச் சொல். இல்லாவிட்டால், முதன்முதலில் மருமகள் வீட்டுக்கு வரும்போது அவளுக்காக அலங்கரிக்கப்பட்ட ஓர் அந்தப் புரத்தைக்கூட ஏற்பாடு செய்யும் தகுதியில்லாதவன் என்று உலகம் பேசினாலும் பேசும்...

(புரு சிரிக்கிறான். சுவர்ணலதா புறப்பட்டுச் செல்கிறாள். சிறிது நேரம் மேடை அமைதியில் மூழ்கியிருக்கிறது. அதற்குப் பிறகு திடீரென...)

புரு : அப்பா, கடைசியாக ஒருமுறை கேட்கிறேன். என் அம்மா யார்? இக்கேள்விக்கான முழுப் பதில் எனக்குத் தெரிந்தே ஆகவேண்டும்...

யயாதி : வீணாகக் கோபம்கொள்ள வேண்டாம். நீ என்னைப் பார்த்ததுமே நீ பேசிய முறை, அவமானத்தில் கூனிக்

குறுகியவன்போல நடந்துகொள்கிற விதம் எல்லாவற்றையும் கண்டு, தாங்கிக்கொள்ள முடியாமல் உன்னிடம் சொல்லி விட வேண்டும் என்றே எண்ணியிருந்தேன். இனிமேலும் அதை ரகசியமாக வைத்துக்கொண்டிருப்பதில் எந்த அர்த்தமும் இல்லை. அது மட்டுமல்ல, என் மனமும் மாறிப் போய்விட்டது.

புரு : யார் அவள்?

யயாதி : திக்விஜயம் செய்வதற்காக நான் புறப்பட்டபோது அவளைச் சந்தித்தேன். அவள் அழகில் மயங்கி அவளை நான் மணந்துகொண்டேன். ஆனால், ஒரு நாழிகைகூட என்னை அமைதியாக இருக்கவிடவில்லை அவள். அவள் சாகும்வரையில் என்னைப் பாடாய்ப்படுத்திவிட்டாள். என் மூத்த மகனைப் பெற்றெடுத்தவள் என்பதால் அவளைப் பட்டத்தரசியாக்கினேன்.

புரு : அப்புறம்?

யயாதி : ஆனால் அவள் நம் அனைவருக்கும் மோசம் செய்து விட்டாள். அரச புரோகிதர்கள் முதல் நமது குதிரை லாயத்தில் வேலை செய்கிற ஆட்கள்வரைக்கும் எல்லோருடைய கண்ணிலும் மண்ணைத் தூவிவிட்டுச் சென்று விட்டாள் அவள்.

புரு : *(வேகமாக)* ஏன்? என்ன நடந்தது?

யயாதி : அவளுடைய கடைசிக் காலம் அவ்வளவு சுகமானதாக அமையவில்லை. வேதனையில் நலிந்து நொந்து, கடைசியில் உயிர்மீது இனி ஆசைவைத்துப் பயனில்லை என்கிற கட்டத்தில் அவள் உண்மையைச் சொன்னாள். ‘நான்

ஷத்திரியப் பெண்ணல்ல, ஆரியக் குலத்தைச் சேர்ந்தவளும் அல்ல. அரக்கக் குலத்தைச் சேர்ந்தவள்' என்று... ஆமாம் புரு... உன் நாடிநரம்புகளில் அரக்கக் குல ரத்தமும் கலந்து ஓடுகிறது. அதை முடிந்த அளவுக்கு இல்லாமலாக்க வேண்டும் என்று நினைத்தேன். அரக்கர்களோடு உனக்கிருந்த தொடர்பை மறக்கடிக்க வேண்டும் என்று நினைத்தேன். ஆரியவர்த்தத்தின் சக்கரவர்த்தியுடைய மனத்தில் அரக்கக் குலத்தின் பண்புகளில் ஓர் அம்சமும் கூடக் கலந்துவிடக் கூடாது என்கிற எண்ணமிருந்தது. அதற்காக எல்லா வற்றையும் மறைத்துவைத்தேன். உண்மையின் பொய்த் தோற்றத்தையும் அநாகரிகத்தின் பாவத்தையும் விட்டு மறதியின் பின்னால் ஓட வேண்டியிருந்தது...

(புரு சிறிது நேரம் அதிர்ச்சியில் உறைந்து நிற்கிறான். அதற்குப் பிறகு திடீரென அடக்க முடியாதபடி சிரிக்கிறான்.)

புரு : சரிதான் அப்பா, உங்களுக்கெல்லாம் சரியான பாடத்தை அவள் புகட்டிவிட்டுப் போய்விட்டாள்! நீங்கள், உங்களு டைய புரோகிதர்கள், உங்கள் மக்கள்... சரியான வகையில் புத்தி புகட்டியிருக்கிறாள்! அரக்கக் குலப் பெண்! அரக்கக் குலப் பெண்!

(சிரித்துக்கொண்டிருக்கும்போதே சட்டென ஆரம்பித்த வேகத்திலேயே சிரிப்பு மறைந்துவிடுகிறது.)

ஆனால் என்னிடம் ஏன் இதை முதலிலேயே சொல்ல வில்லை? உங்கள் பெருமைக்காக என் வாழ்வை ஏன் பாழாக்கினீர்கள்? அந்த ஒரு முகம்! அந்த நினைப்பி லேயே இறந்தகாலத்தில் என் வேர்களைத் தேடியபடி என்

இளமையை எல்லாம் கழித்தேன். அப்போது ஏன் அமைதி யாகப் பார்த்துக்கொண்டிருந்தீர்கள்? *(கோபமாக)* அப்போது ஏன் சொல்லவில்லை?

யயாதி : புரு...

(சர்மிஷ்டை ஓடி வருகிறாள். வந்ததுமே புருவின் காலில் விழுந்து –)

சர்மிஷ்டை : இளவரசரே, நீங்கள்தான் அரசரை இப்போது காப்பாற்ற வேண்டும். தயவுசெய்து போய்விடுங்கள். சீக்கிரம் போய்விடுங்கள். நேரத்தை வீணாக்க வேண்டாம்.

புரு : *(குழப்பத்தோடு)* யார் நீ?

யயாதி : என்ன நடந்தது சர்மிஷ்டை? ஏன் இப்படிக் கூச்சலிடு கிறாய்?

சர்மிஷ்டை : *(இன்னும் அழுதபடி)* சொல்கிறேன்... ஆனால் இங்கேயே நிற்க வேண்டாம்... இளவரசரே, அவர் ஊரை விட்டுக் கிளம்பும் முன்னால்...

யயாதி : சர்மிஷ்டை, குழப்ப வேண்டாம். அவர் என்றால் யார்?

சர்மிஷ்டை : சுக்கிராச்சாரியார் அரசரே. அவரும் தேவயானியும்...

புரு : அவர்கள் ஏன் ஊரை விட்டுச் செல்கிறார்கள்? என்ன நடந்தது அப்பா?

சர்மிஷ்டை : அதைக் கேட்டுக்கொண்டு நிற்க வேண்டாம். சுக்கிராச்சாரியார் கோபத்தில் அரசருக்குச் சாபம் கொடுத் திருக்கிறார். இளவரசரே, இப்போது நீங்களே ஓடிச் சென்று சாப விமோசனத்தைக் கேட்டுத் தெரிந்துகொள்ள வேண்டும்.

யயாதி

புரு – யயாதி : சாபமா?

யயாதி : என்ன சொன்னாய்? என்னவென்று சாபம் கொடுத்தார்? சீக்கிரம் சொல், சீக்கிரம்.

சர்மிஷ்டை : என்னவென்று கேட்காதீர்கள்... முதலில் கிளம்புங்கள் இளவரசரே...

யயாதி : *(சத்தமாக)* சர்மிஷ்டை...

சர்மிஷ்டை : "அரசர் இன்று இரவுக்குள் கிழவராகிவிடக் கடவது" என்று சாபம் கொடுத்திருக்கிறார். நானும் அவர் காலடியில் விழுந்து புரண்டு பார்த்துவிட்டேன். தேவயானியை ஒரு முறை அரசர் காப்பாற்றியதை எல்லாம் நினைவூட்டிச் சொல்லிப் பார்த்துவிட்டேன்... ஆனால் எந்தப் பயனும் விளையவில்லை... இளவரசரே, சீக்கிரமாக நீங்கள் செல்லுங்கள், அவர் ஊரைவிட்டுக் கிளம்பிவிடப் போகிறார்...

யயாதி : இது உண்மையா, சர்மிஷ்டை? இல்லை, நீ நிகழ்த்த நினைக்கும் விளையாட்டா? நானே சென்று அந்தக் கிழவனின் கழுத்தைப் பிடித்துக் கேட்கிறேன்...

சர்மிஷ்டை : *(அவனைப் பிடித்து இழுத்து)* நீங்கள் போக வேண்டாம் அரசரே... நீங்கள் சென்றால் இன்னும் வேறு ஏதாவது ஆகக்கூடாதது ஆகிவிடும். உங்கள் மகனை அனுப்புங்கள்...

புரு : *(ஒன்றும் புரியாதவனாக)* நானா? நானா?

சர்மிஷ்டை : நீங்கள் போகத்தான் வேண்டும்... உங்களைத் தவிர வேறு யாராலும் இது முடியாது.

(புரு கிளம்பிச் செல்கிறான். தன்னைச் சுற்றி நடப்பது எதுவும் புரியாதவனாக யயாதி குழப்பத்தோடு விழித்துப் பார்க்கிறான். சர்மிஷ்டை இன்னொரு பக்கமாகத் திரும்பி அழுகிறாள்.)

யயாதி : *(திடீரென அதிர்ச்சியடைந்தவனாக)* முதுமை... முதுமை..! இரவு கவிவதற்குள் முதுமை..! அதற்குப் பிறகு..? அப்புறம் என்ன? சர்மிஷ்டை, அரக்கியே, நீதான் இதற்கெல்லாம் காரணம். உன் வார்த்தை வலையில் விழுந்ததால் இப்படி ஒரு நிலைமை உருவாகிவிட்டது...

சர்மிஷ்டை : கவலைப்பட வேண்டாம். இளவரசர் சென்றிருக்கிறார் அல்லவா. சாபவிமோசனம் என்ன என்பதைக் கேட்டுத் தெரிந்துகொண்டு வருவார்... என் வார்த்தையை நம்புங்கள்...

யயாதி : சாப விமோசனம்! விமோசனம் எப்படிக் கிடைக்கும் என்று எதிர்பார்த்தபடி காத்திருக்க வேண்டுமா? ஒரு பக்கம் தலைநரைத்துப் போன அந்தக் கிழவன்! இன்னொரு பக்கம் அரும்புமீசைக்கார இளைஞன்... என்னைப் பார்த்தாலே வெறுத்து ஒதுக்குகிறான் என் மகன். அவன் என் சாப விமோசனத்துக்கு முயற்சி செய்வானா? இல்லை, நான் போய்த்தான் தீர வேண்டும்... சுக்கிராச்சாரியாரைப் பார்க்கத் தான் வேண்டும்...

சர்மிஷ்டை : வேண்டாம் அரசே..! நான் சொல்வதைக் கேளுங்கள்... நீங்கள் போனாலும் ஒரு பயனும் விளையாது... கொஞ்சம் பொறுமையாக இருங்கள், அமைதியாக இருங்கள்.

யயாதி : *(பலமிழந்தவனாக)* அமைதி, இந்த அமைதி... அடிப்பகுதி இல்லாத கிணற்றில் விழுபவனின் அமைதி சர்மிஷ்டை...

ஊக்கமில்லாத வேகம், அடித்தளமே இல்லாத உறுதி, இதைவிடப் பயங்கரம் என்ன இருக்கிறது? அவன் அமைதியாக இருந்தால்... அதைவிட வேறென்ன இருக்கிறது?

சர்மிஷ்டை : கிடைக்காவிட்டால் என்ன ஆகும் அரசே?

யயாதி : கிடைக்காவிட்டால்?

சர்மிஷ்டை : கோபித்துக்கொள்ள வேண்டாம்... முதுமையிலிருந்து யாரும் தப்பித்துக்கொள்ள முடியாது... நீங்கள் காரணமில்லாமல் அதை நீங்களாகவே வரவழைத்துக் கொண்டீர்கள். நான் வருகிறேன்... உங்கள் துக்கத்தின் ஆழத்தைப் புரிந்துகொள்ளும் அளவுக்கு அறிவில்லை. அதைப்பற்றிய கற்பனை மட்டும்தான் இருக்கிறது...

யயாதி : *(துயரில் துடித்தபடி)* பேசாமல் இரு..! *(அதற்குப் பிறகு குரலைத் தாழ்த்தியபடி)* உன்னால் அந்தக் கற்பனையையே தாங்கிக்கொள்ள முடியவில்லை. நீ அந்த இடத்தில்கூட வெளியாளாகவே இருப்பாய். என் துக்கத்துக்கு வெளியே, என் இருப்புக்கு வெளியே... என் அழிவை மட்டுமே உன்னால் பார்க்க முடியும்... உள்ளங்கையில் வைரக்கற்களை மூடிவைத்திருப்பதைப் போல இவ்வளவு ஆண்டுகள் ஆசையோடு நேரத்தையெல்லாம் என் கட்டுப்பாட்டில் வைத்திருந்தேன். அவையெல்லாம் என் கைக்குள் இருக்கும்போதே வெடித்து விட்டால் என்ன செய்ய முடியும்? ஒவ்வொரு நாழிகையும், ஒவ்வொரு கணமும், எரிகல்லாக என்னுள்ளிருந்து பறந்து போகும்போது நான் என்ன செய்ய வேண்டும்?

சர்மிஷ்டை : இங்கே நீங்கள் உங்களோடேயே விளையாடிக் கொள்கிறீர்கள். குறைந்தபட்சம், உங்களை நீங்களே புரிந்து கொள்ளவாவது முயற்சி செய்யுங்கள்...

யயாதி : அது அவ்வளவு எளிதல்ல. எனக்கு நானே அறிமுகப் படுத்திக்கொள்ள வேண்டும் என்றால் நான் இளைஞனாகவே இருக்க வேண்டும் சர்மிஷ்டை. நான் இளைஞனாகவே இருக்க வேண்டும்...

(கட்டிலின்மீது உட்கார்கிறான். அப்புறம், பித்தனைப் போல அங்குமிங்கும் மாறிமாறிப் பார்க்கிறான். கையை நீட்டி, கட்டிலை அங்கங்கே தொட்டுப் பார்க்கிறான். பயந்து போன சர்மிஷ்டை அவனைப் பிடித்து அமைதிப்படுத்துகிறாள்.)

சர்மிஷ்டை : அரசே... என்ன செய்துகொண்டிருக்கிறீர்கள்?

யயாதி : என் இறந்தகாலத்தைப் பிடிப்பதற்கு முயற்சி செய்கிறேன்... என்னால் நம்பவே முடியவில்லை... இங்கேதான் நான் அரசியோடு விளையாடிக் களித்தேன். காலத்தோடு ஒரு போட்டி மூண்டுவிட்டதைப்போல நடந்துகொண்டேன்... பற்பல அரசிகளின் சிரிப்பு –அழுகைகளின் இறந்தகாலத்து இருள்.இருட்டில்இன்பத்தில்திளைத்திருந்தேன்.சிரிப்பைவிட அழுகையில் உணர்வுகளின் கோலம் அதிகமிருந்தது. வேண்டுமென்றே அவர்களைத் துன்பப்படுத்தித் துன்பப் படுத்தி அழவைத்தேன்... *(சட்டென சர்மிஷ்டையை வெறுப் போடு பார்த்து)* என்னை நீ வெற்றிகொள்வதற்குக் காரணமாக இருந்தது – அந்த உன் அழுகைதான் சர்மிஷ்டை, அந்த உன் அழுகைதான்.

சர்மிஷ்டை : என் வேதனையில் உங்களுக்கு அந்த உணர்வுகளின் கோலம் தெரியவில்லையா? *(சிரித்தபடி, கசப்பான குரலில்)* நான் அதை முதலிலேயே புரிந்துகொண்டிருக்க வேண்டும்...

யயாதி : இப்போது புரிந்துகொண்ட பிறகுதான் என்ன? நான் உன்மீது நம்பிக்கை வைத்துச் சொன்னேன்... என்னை விட்டுச் செல்ல வேண்டாம். இப்போது தனியாக என்னை விட்டுச் செல்ல வேண்டாம்...

சர்மிஷ்டை : நான் உறுதியோடுதான் என் கைகளை உங்களோடு இணைத்துக்கொண்டிருக்கிறேன். அதை நான் விடுவித்துக் கொள்ள முடியாது.

யயாதி : *(சட்டென)* சர்மிஷ்டை, புரு ஏன் இன்னும் வரவில்லை? அவன் இப்போது ஆனந்தத்தோடு துள்ளிக் குதித்துக் கொண்டிருக்க வேண்டும். அவனுடைய அரக்கக் குல ரத்தம் களிப்போடு குதியாட்டம் போட்டுக்கொண்டிருக்க வேண்டும். அவனுக்கும் அதுவே தேவைப்பட்டிருக்கிறது. அவன் எனக்காக முயற்சி செய்ய மாட்டான்... அவனுக்கு என்னைக் கண்டாலே பிடிக்காது...

சர்மிஷ்டை : வீணாக சந்தேகப்பட வேண்டாம் அரசே... நானே அங்கே சென்று பார்த்துவிட்டு வருகிறேன்...

யயாதி : வேண்டாம் வேண்டாம்... என்னால் இப்போது தனிமையைத் தாங்கிக்கொள்ள முடியாது சர்மிஷ்டை.

சர்மிஷ்டை : யாரங்கே... சுவர்ணா..!

சுவர்ணலதா : *(உள்ளே நுழைந்து)* என்ன தேவி?

யயாதி : இளவரசர் இன்னும் வரவில்லையா?

சுவர்ணலதா : அவர் வெளியே நின்றிருக்கிறார் அரசே... நீங்கள் இப்போது வரலாமென்றும் அதைத் தங்களிடம் தெரிவிக்கும் படியும் சொன்னார்...

யயாதி : *(கோபத்தோடு)* அப்புறம் ஏன் அவன் உள்ளே வர வில்லை? அவனுக்கு மீண்டும் ஒருமுறை ஆரத்தி எடுத்து வரவேற்பு வழங்க வேண்டுமா என்ன? அவனுக்கென்ன, சிரித்துக்கொண்டே நின்றுகொண்டிருப்பான். தான் எப்போது அரசனாவோம் என்கிற கனவில் அமிழ்ந்திருக்க வேண்டும்... அந்தத் திருடன்!

சுவர்ணலதா : இல்லை அரசே... இளவரசர் துக்கத்தில் அமிழ்ந்திருப் பதைப் போலத் தெரிகிறது... அவர் முக்கிய அமைச்சரோடு பேசியபடியே நின்றுகொண்டிருக்கிறார்...

யயாதி : நான் இங்கே நெருப்புப் படுக்கையில் துடித்துக் கொண்டி ருக்கும்போது அவன் அங்கே முக்கிய அமைச்சரோடு எச்சில் வழியப் பேசிக்கொண்டிருக்கி றானா? கூப்பிடு அவனை இங்கே... இப்போதே கூப்பிடு!

(சுவர்ணலதா கிளம்பிச் செல்கிறாள். சிறிது நேரம் அமைதி.)

எப்படி வந்தான்? இவ்வளவு சீக்கிரமாக எப்படி வந்தான்? சர்மிஷ்டை, சுக்கிராச்சாரியார் அவனைச் சந்திக்கவே இல்லையா? அல்லது ஒருவேளை, அவனை வெறுங்கையோடு திருப்பி அனுப்பிவிட்டாரோ? அப்படி யென்றால் அடுத்து என்ன செய்வது? *(கூச்சல் போட்டபடி)* அடுத்து என்ன நேரப்போகிறது?

மூன்று

(இதற்கு முந்தைய காட்சிக்கும் இந்தக் காட்சிக்கும் இடைப்பட்ட நேரம் மிகக் குறைவானது. எதிர்பார்ப்பின் காரணமாக யயாதி மனம் குழம்பியவனாக நிற்கிறான். சர்மிஷ்டையும் அமைதியாக இருக்கிறாள். புரு வருகிறான்.)

யயாதி: *(அவனைப் பிடித்து)* என்ன நடந்தது புரு?

புரு: *(விடுவித்துக்கொண்டபடி)* நான் போய்ச் சேர்வதற்குள் சுக்கிராச்சாரியார் தம் மகளோடு கிளம்பிவிட்டார். அவருடைய சீடன் ஒருவன் அங்கே நமக்காகக் காத்திருந்தான். அவன்தான் எல்லாவற்றையும் சொன்னான்...

யயாதி: என்ன சொன்னான்? சாப விமோசனம் கிடைத்ததா?

புரு: கிடைத்தது. நீங்கள் தேவயானியைக் கிணற்றிலிருந்து காப்பாற்றியதை மனத்தில்

வைத்துக்கொண்டு கொடுத்தார். உங்கள் முதுமையை ஏற்றுக்கொள்வதற்கு யாராவது ஒரு இளைஞன் கிடைத்தால், உங்கள் இளமை அப்படியே நீடித்திருக்கும் என்றாராம்...

(அமைதி. யயாதியின் முகம் மகிழ்ச்சியில் மெல்ல மெல்ல மலரத் தொடங்குகிறது... இடப்பக்கமும் வலப்பக்கமும் திரும்பிப் பார்க்கிறான். சர்மிஷ்டையும் புருவும் அதிர்ச்சியோடு நின்றிருக்கிறார்கள். புருவின் முகத்தில் மட்டும் இன்னும் கேலிப் புன்னகை அப்படியே படிந்திருக்கிறது.)

யயாதி: *(மகிழ்ச்சியில் சத்தமாக)* அப்புறமென்ன பிரச்சினை? சர்மிஷ்டை, சர்மிஷ்டை, என் இளமை போகவில்லை... நான் இன்னும் என் வெற்றிக் கொடியை நாட்டிக்கொண்டே செல்லலாம்... என் கொடியை எல்லாத் திசைகளிலும் பறக்க விடுவேன். தேவயானி, பாவம்! அவளுடைய கோபமெல்லாம் வீணாய்ப்போய்விட்டது... என் வார்த்தையைக் கேள் என்று பலமுறை அவளிடம் எடுத்துச் சொன்னேன். என்னை அழிப்பதற்குக் கிளம்பிவிட்டாள்! என் சிதையில் தன் தீபத்தை ஏற்றிக்கொள்ளப் புறப்பட்டுவிட்டாள். பார்த்தாயா சர்மிஷ்டை. முதுமையே இருக்கட்டும் என்று நீ சொன்னாய். ஆனால் இந்த உலகம் – சுக்கிராச்சாரியார் போன்ற முதிய வர்கள் உட்பட – இளமையை விரும்புகிறது... இன்றல்ல நாளை, நாளைக்கல்ல, நாளைக்கு மறுநாள்... *(அவர்கள் இருவரையும் மாறிமாறிப் பார்த்து)* இது என்ன, நீங்கள் இருவரும் அமைதியாக நின்றிருக்கிறீர்கள்? ஏன், உங்களுக்கு மகிழ்ச்சி உண்டாகவில்லையா? எரியும நெருப்புக் குழியைத் தாண்டி வந்ததை நினைத்து உங்களுக்கு மகிழ்ச்சி உண்டாகவில்லையா? ஏதாவது பேசக் கூடாதா?

குறைந்தபட்சம் வெறுப்பையாவது வெளிப்படுத்தக் கூடாதா? நான் அடையும் மகிழ்ச்சியில் ஏதேனும் பிழை யிருக்கிறதா?

புரு : இல்லை அப்பா... ஆனால், உங்கள் முதுமையை ஏற்றுக் கொள்பவர் யார்?

யயாதி : இவ்வளவுதானா? *(சிரித்தபடி)* அதனால்தான் உன்னைச் சின்ன பையன் என்பது. அதற்கென்ன குறை? ஆரிய வர்த்தத்தின் சக்கரவர்த்திக்கு ஆட்களுக்கென்ன பஞ்சம்? என் படைவீரர்கள் இருக்கிறார்கள்... பொதுமக்கள் இருக் கிறார்கள்... அமைச்சர்கள் இருக்கிறார்கள்... அவர்கள் எல்லோரும் என் கட்டளையைச் சிரமேற் கொண்டு நிறை வேற்றுகிறவர்கள்... அதுமட்டுமல்ல, அவர்கள் என்னை விரும்புகிறவர்கள்... நான் என்னுடைய உயிராசையைத் துறந்து அவர்களைக் காப்பாற்றிவருகிறேன். இவர்களில் ஒருவர்கூட வர மாட்டார்களென நினைத்துக் கொண்டாயா பைத்தியக்காரா?

சர்மிஷ்டை : ஏன் வர வேண்டும்? உங்கள் வினைகளின் பலனை அவர்கள் ஏன் ஏற்றுக்கொள்ள வேண்டும்? கொடுப்பதற்கும் வாங்கிக்கொள்வதற்கும் பாவ புண்ணியங்களைப் பணம் என்று எண்ணிக்கொண்டீர்களா? என் பேச்சைக்கேளுங்கள்... இந்தச் சாபத்தை ஏற்றுக்கொள்ள இருக்கும் யாரோ ஒரு பைத்தியத்தையோ அல்லது யோகியையோ நாம் தேடி ஓட வேண்டாம்... நாம் பேசாமல் வானப்பிரஸ்தம் சென்று விடலாம்...

யயாதி : *(தன் காதுகளை நம்பமுடியாதவனாக)* அப்படி யென்றால், இந்த சாப விமோசனத்தைப் பொருட்படுத்தாமல்

உதைத்துத் தள்ளிவிட்டு மீண்டும் அந்த நெருப்புக் குழியில் விழ வேண்டுமா? உன் அன்பும் காதலும் இதுதானா? நான் முதுமையை ஏற்றுக்கொள்ள வேண்டுமா? ஒருமுறை என்னைக்கூட்டில் அடைத்தாய். இப்போது நான் நொறுங்கிப் போய் உன் உதவியை நாடி உன் காலடியில் விழ வேண்டுமா? இவளைப்போய் நம்ப வேண்டுமாம், இந்த அரக்கியை..!

புரு : *(சகித்துக்கொள்ள முடியாதவனாக)* அப்பா!

யயாதி : நீ பேசாமல் இரு... இவளை... இவளை...

புரு : *(அவர்களிருவரிடையே புகுந்து)* நீ வெளியே போ அம்மா!

சர்மிஷ்டை : வேண்டாம் இளவரசரே...

யயாதி : போய்த்தொலை... என் கண்முன்னால் நிற்க வேண்டாம்.

புரு : தயவுசெய்து வெளியே போ அம்மா... நான் எல்லாவற்றையும் விவரமாக உங்களுக்குச் சொல்கிறேன்.

(புரு சர்மிஷ்டையை அழைத்துச்சென்று வெளியே விட்டு வருகிறான்.)

யயாதி : *(கடுமையான குரலில்)* இப்போது என்ன நினைத்துக் கொண்டிருக்கிறாய்?

புரு : நினைத்துக்கொண்டிருக்கும் விஷயமல்ல அப்பா, யதார்த்த மான விஷயம்.

யயாதி : யதார்த்தத்தில் அப்படி என்ன நடந்துவிட்டது?

புரு : உங்கள் முதுமையை ஏற்றுக்கொள்ள யாரும் தயாராக இல்லை.

யயாதி : யாரும் என்றால் யார்யார்? பிள்ளைகளைப் போல நான் காப்பாற்றி வரும் பொதுமக்களா? அவர்களுக்காகப்

போர்க்களத்தில் நூற்றுக்கணக்கான முறை இந்த உயிரைப் பணயமாக வைத்துப் போராடியிருக்கிறேன்... அவர்களில் ஒருவர்கூடத் தயாராக இல்லையா?

புரு : அதற்கெல்லாம் கப்பமாகவும் காணிக்கையாகவும் கொடுத்திருப்பதாகச் சொல்கிறார்கள் அவர்கள்.

யயாதி : யார் சொன்னார்கள் அப்படி? அவர்களை ஏன் இங்கே இழுத்துவரவில்லை? முதுகுத் தோலை உரித்துவிடுவேன்... ஆண்டுக்கொருமுறை ஒரு பிடி வராகன் பொன்னைக் கொடுத்துவிட்டால் போதும் என்று நினைத்துவிட்டார்களா? படைவீரர்களுக்குக் கட்டளையிடு.

(புரு பேசாமல் நிற்கிறான்.)

பணத்துக்காக உயிரைக் கொடுப்பதற்குத் தயாராக இருந்த மக்கள்... அவர்களில் ஒருவராவது முன்வந்து ஏற்றுக்கொள்வார்கள்.

புரு : எந்த முகத்தை வைத்துக்கொண்டு அவர்களிடம் கேட்பது? போர்க்களத்தில் மரணமடைவது என்பது வேறு விஷயம். இன்னொருவருடைய பாவங்களை ஏற்றுக்கொண்டு நலிவது என்பது வேறு விஷயம்.

யயாதி : *(அவன் அஞ்ஞானத்தை நினைத்து வேதனை கொண்டு)* புரு, மனிதக் குணங்களைப்பற்றி முழுமையாகப் புரிந்து கொள்ளும் அறிவு உனக்கு இன்னும் வரவில்லை... சூரிய ஒளியில் நடக்காத ஒரு காரியம் மின்னும் பொற்காசுகளின் ஒளியில் நடந்துவிடும்... என் முதுமையை ஏற்றுக்கொள்கிறவர்களின் குடும்பத்துக்கு விருந்து படைத்து வரவேற்பேன் என்று அறிவித்தாயா? ஒரு முழு கிராமம்...பத்துக் கிராமங்கள்...

நூறு ... இல்லை இல்லை ... பாதி ராஜ்ஜியம் ... *(குரலை உயர்த்தி)* வேண்டுமென்பவர்களுக்குக் கொடுப்பேன் என்று சொல், இந்த வேலை நடந்தேதீர வேண்டும்.

புரு : எல்லாவற்றையும் சொல்லிவிட்டேன் ... ஆனால் ...

யயாதி: ஏன் ? ... ஏன் ?

புரு : ஒரு கிராமம், பத்துக் கிராமங்கள், பாதி ராஜ்ஜியம் எல்லாவற்றையும் அவர்கள் யாருக்காக ஏற்றுக்கொள்ள வேண்டும் ? எதை வேண்டுமானாலும் பொதுமக்கள் சகித்துக் கொள்வார்கள் ... தன்னைத்தானே பலி கொடுத்துக்கொள் வதையோ அல்லது தம் எதிரில் வேறொருவர் அனுபவித்து வாழ்வதையோ அவர்களால் தாங்கிக்கொள்ளவே முடியாது.

யயாதி : தியாகத்துக்கு இதுதான் மதிப்பா ? அத்துடன் கிடைக்கக்கூடிய அமரத்துவம், புகழ் ..?

புரு : தியாகத்தின் பொருள் என்னவென்று அவர்களிடம் சொல்வது ? புகழ் வந்ததுமே, மனிதன் கடவுளுக்குச் சமமான வனாகிறான் என்பது உண்மை ... ஆனால் சாதாரணமான மனிதனுக்குச் சாதாரணமான வாழ்வே போதும். அதிலேயே நிரந்தரத்துவம் இருக்கிறது. அவர் களிடையே உள்ள சின்னச் சின்ன தந்திரங்கள், பொறாமைகள், வெறுப்புகள், கோபங்கள், மோசடிகள், அவற்றின் மூலம் அவர்களுக்குக் கிடைக்கிற ஆனந்தம் ஆகியவையே போதும் ! தெய்வத் தன்மை என்பது கல்லைப் போன்றது ... பூசை செய்யலாம். தலைமேல தூக்கி வைத்துக்கொண்டு ஜெயகோஷம் போடலாம். அவ்வளவுதான். அதையே கழுத்தில் எப்போதும் அணிந்திருக்க முடியாது.

யயாதி : இல்லை புரு... ஏதாவது ஒரு வழி இருக்க வேண்டும். ஒரு சின்ன வழி... நம் கண்களுக்குப் புலப்படாத வழி..! கொஞ்சம் யோசித்துப்பார்... *(திடீரெனச் சிரித்து)* முட்டாள், ஒரு விஷயத்தைக் கேட்டுப் பார்த்தாயா? கண்டிப்பாக மறந்திருக்க வேண்டும் நீ... பாதி ராஜ்ஜியத்தைக் கொடுப்பதோடு மட்டுமின்றி, ஐந்தாறு ஆண்டுகளுக்குப் பிறகு, அந்த முதுமையை மீண்டும் திரும்பிப் பெற்றுக்கொள்வேன் என்று சொல்லிப் பார்த்தாயா? இல்லை அல்லவா? எனக்குத் தெரியும்... போ... போய்த் தெரிவித்துவிட்டு வா... போ... ஏன் நின்றிருக்கிறாய்?

புரு : ஐந்தாறு ஆண்டுகள் ஏன், ஒரே ஆண்டில் திரும்பப் பெற்றுக் கொள்வார் என்றுகூடச் சொல்லிப் பார்த்து விட்டேன்.

யயாதி : அந்த வார்த்தையில் அவர்களுக்கு நம்பிக்கை ஏற்பட வில்லையா? நான் எப்போதாவது கொடுத்த வாக்கை மீறி இருக்கிறேனா?

புரு : அது ஒன்றும் பிரச்சினை இல்லை அப்பா. இங்கே நியாயமோ நீதியோ பிரச்சினை இல்லை. நம்பிக்கைப் பிரச்சினையும் இல்லை. நெறிமுறையின் பிரச்சினையும் இல்லை... அது தான் பிரச்சனை என்றால் எப்பாடு பட்டாவது ஒரு தீர்வைக் கண்டறியலாம்... இங்கே மனிதத்துவமே பிரச்சினையாக இருக்கிறது. அவர்களுக்குத் தியாகம் ஒன்றும் தேவையில்லை. புகழும் தேவையில்லை... வாழ்வில் எவ்விதமான மாற்ற மும் இல்லாமல் இருந்தால் போதும். யாராவது கடவுளாக இருந்தால் உங்கள் முதுமையை ஆனந்தத்துடன் ஏற்றுக் கொண்டிருக்கக்கூடும். இவர்கள் மனிதர்கள். ஒரு பக்கம்

மரண உலகம். இன்னொரு பக்கம் எதுவுமே இல்லாத யுகம், இவ்விரண்டுக்கும் இடைப்பட்ட திரிசங்கு நரகத்தில் யாருக்கும் விருப்பம் இல்லை...

யயாதி : *(வெறுப்போடு)* பிறப்பது, பிள்ளை பெற்றுக்கொள்வது, மரணமடைவது, சேற்றில் உழலும் புழுக்களைப்போல..!

(புரு சத்தமெழுப்பாமல் சிரிக்கிறான். யயாதி அதைக் கவனிக்கவே இல்லை.)

எல்லோரும் இதையே சொன்னார்களா? எல்லோரிடமும் கேட்டுப் பார்த்தாயா?

புரு : இல்லை, நான் கேட்டுப் பார்த்தவர்கள் எல்லோரும் இதையே சொன்னார்கள். மற்றவர்கள் என் வார்த்தையைக் கேட்கக்கூட தயாராக இல்லை... என்னைப் பார்த்துமே ஏதோ பெருநோய் கண்டவனைப் பார்த்தது போல விலகிச் சென்றார்கள்.

யயாதி : என்ன சொல்கிறாய் புரு? இதே கூட்டம்தானே உன்னைப் பார்ப்பதற்கு எறும்புகளைப்போல எங்கெங்கும் நிறைந்து காணப்பட்டார்கள்? வாழ்த்து முழக்கமிட்டு உன்னை வரவேற்பதற்குத் திரண்டு வந்தவர்கள் அல்லவா இவர்கள்?

புரு : சுக்கிராச்சாரியாரைத் தேவயானி சந்திப்பதற்கு முந்தைய செய்தி அது! அப்போது என்னைப் பார்ப்பதற்காகச் சுக்கிராச்சாரியார் பெருவாயிலுக்கு வந்திருந்தார். அவர் சாபம் கொடுத்தபோது, சுற்றுமுற்றும் கூடியிருந்த மக்கள் அனைவரும் அதைக் கண்டார்கள்... எவ்வளவு பேர் அந்தச் சாபத்தைக் காதுகொடுத்துக் கேட்டார்களோ? எவ்வளவு பேர் கேட்காமலேயே போனார்களோ? ஆனால்

இப்போது அந்தச் செய்தி நகர் முழுக்கப் பரவிவிட்டது... *(அலுப்போடு)* இதெல்லாம் எப்படிப் பரவுகிறது என்பதெல்லாம் உங்களுக்குத் தெரிந்திருக்கும்... ஊர் முழுக்க என்னென்னமோ அவசியமில்லாத விஷயங்களெல்லாம் பரவிக்கொண்டிருக்கும்போதே நான் உயிரைக் கொடுத்தாவது சுக்கிராச்சாரியாரைப் பார்த்துவிடலாம் என ஓட்டமாக ஓடிச் சென்று அவரைத் தேடத் தொடங்கியதுமே அவருக்குப் புரிந்திருக்க வேண்டும்... இப்போது உண்மையான சாபம் என்ன என்பது யாருக்கும் தெரியாது. இந்நேரத்துக்குள் அது மரண சாபமாகக்கூட மாறியிருக்கலாம்...

யயாதி : இப்போது என்ன செய்வது புரு? இப்போதாவது போய் சுக்கிராச்சாரியாரைப் பார்த்துவிட்டு வா. வேறு ஏதாவது விமோசன வழிகள் இருந்தால் அதையும் கேட்டுக்கொண்டு வா, போ...

புரு : அது சாத்தியமில்லை அப்பா. "என் பின்னால் யாராவது வந்தால், ஏடாகூடமாகிவிடும்" என்று தம் சீடர்களிடம் எச்சரித்துவிட்டுப் போயிருக்கிறாராம்... இனிச் செய்யக் கூடியது ஒன்று மட்டும்தான்.

யயாதி : என்ன? என்ன அது?

புரு : அம்மா சொன்னதைப்போலச் செய்வது.

யயாதி : அம்மாவா? அப்படியென்றால்..?

புரு : *(குத்திக்காட்டுவதுபோல)* சர்மிஷ்டை சொன்னதைப் போலச் செய்வது... வானப்பிரஸ்தம் மேற்கொள்வது...

யயாதி : புரு, இப்போதாவது எனக்குத் தொந்தரவு கொடுக்காமல் இரு... உன் காலில் வேண்டுமென்றாலும் விழுகிறேன்.

கிரீஷ் கார்னாட்

என் வேதனையைப் பற்றிக் கற்பனை செய்துபார்க்க முடியாதவனைப் போலப் பேச வேண்டாம். தேவையில்லாமல் அச்சமூட்டிப் பேச வேண்டாம். வயதான காலத்தில் முதுமை வந்திருந்தால் அதை எதிர்கொள்கிற பக்குவமும் வந்திருக்குமோ என்னமோ, இது சாபம்! யாராவது என் சாபத்தை ஏற்றுக்கொண்டால், ஐந்தாறு ஆண்டுகளுக்குப் பிறகு, அதை நானே திரும்பப் பெற்றுக்கொள்வேன்... அவன் எதை நினைத்தும் வருத்தம் கொள்ளவேண்டியத் தேவையில்லை. இந்தச் சாபத்திலிருந்து நான் மீளாவிட்டால்... யோசித்துப் பார் புரு... அப்போது நான் செல்லும் வழிக்கு ஒரே திசை... இனி, ஒருபோதும் திரும்பி வர முடியாத திசை அது... வெளிச்சமே இல்லாத வழியில்கூடச் சென்றுவிடலாம்... புரு, கனவுகளே இல்லாத வழியில் எப்படிச் செல்வது?

(தேம்பித் தேம்பி அழுகிறான். இரண்டு கைகளையும் கட்டிக்கொண்டு இரக்கத்தோடும் உறுதியோடும் அவனையே பார்த்தபடி நிற்கிறான் புரு.)

புரு : *(ஒரு கணம் கழித்து...)* ஒரு வழி இருக்கிறது அப்பா. இன்னும் ஒருவன் இருக்கிறான்..

யயாதி : (விருட்டென எழுந்து) யார்? யார் அவன் புரு?

புரு : தன் வம்சத்தினர் ஒருநாளும் செய்யாத ஒன்றைச் செய்யக் கிளம்பிய அற்பன்...

(ஒருசில கணங்கள் யயாதிக்கு எதுவும் புரியவில்லை. பிறகு திடீரென அவன் பேச்சின் பொருள் புரிகிறது.)

யயாதி : வாயை மூடு முட்டாளே..! வழி இருக்கிறதாம் வழி... ஒரு கணம்கூட உன் எதிரில் நான் நிற்க மாட்டேன்!

(விரைவாகக் கிளம்புகிறான். அதே உறுதியான பார்வையில் அவனைப் பார்க்கிறான் புரு. நெருக்கமும் இரக்கமும் நிறைந்தவனாக அக்கணத்தில் அவன் காணப்படுகிறான். அந்த நேரத்தில் சர்மிஷ்டை உள்ளே வருகிறாள்.)

சர்மிஷ்டை : எங்கே போகிறார் அவர்? என்ன நடந்தது இளவரசரே? பேரரசர் கிளம்பிச் செல்வதைப் பார்த்தேன். தடுத்து நிறுத்துவதற்கு எவ்வளவோ முயற்சி செய்தேன்... என்னைத் தள்ளிவிட்டுச் சென்றுவிட்டார்... என்ன நடந்தது?

புரு : அதற்கு முன்னால் நான் ஒரு கேள்வி கேட்கட்டுமா?

சர்மிஷ்டை : ம். கேள்.

புரு : என்னை மரியாதைச் சொல்லோடு அழைக்க வேண்டாம் அம்மா. எனக்கு அது முறையாகப்படவில்லை... நான் இங்கே வருவதற்கு முன்னால் உங்களைப் பற்றிப் பற்பல குரூரமான கதைகளையெல்லாம் கேட்டதுண்டு... உங்களைப் பார்ப்பதற்கு உற்சாகத்தோடு நான் வந்தேன். சகித்துக்கொள்ள முடியாத இந்த அரண்மனைக்கு எதிராக, உங்கள் வெறுப்புக்கு உதவுவதற்காக வந்தேன்... இங்கு வந்த பிறகோ? அப்பாவின்மீது நீங்கள் கொண்டிருக்கும் அன்பைக் கண்டு ஆச்சரியத்தில் மூழ்கிவிட்டேன். அவரோடு நரகத்தில்கூடப் பங்கெடுத்துக்கொள்ள நீங்கள் தயாராக இருப்பதைப் பார்த்தேன். உற்சாகத்தையும் புகழையும் வெற்றிகளையும் சம்பாதித்துக்கொள்ளக்கூடிய குணங்கள் அவரிடம் போதுமான அளவு இருக்கிறது... ஆனால் இப்படிப்பட்ட தன்னலமற்ற அன்புக்கு அவர் தகுதியானவராக இருப்பாரா?

சர்மிஷ்டை : *(சிரித்து)* என் மனம் சூறாவளியில் அகப்பட்ட தூணைப்போல வளைந்து குலைந்து சிதைந்துபோய் விட்டது... அதன் தர்க்கத்தை உன்னால் புரிந்துகொள்ள முடியும் என்கிற நம்பிக்கை எனக்கில்லை...

புரு : முயற்சியாவது செய்துபார்க்கலாம், அவ்வளவுதான்.

சர்மிஷ்டை : சாதாரணமான ஒரு செய்தியைச் சொல்கிறேன்... பேரரசருக்குக் கடுங்கோபம். சத்தம் போட்டார். மார்பில் அறைந்துகொண்டார். என்னை இங்கிருந்து அடித்துத் துரத்திவிட்டால் எல்லாத் தொல்லைகளும் விலகிவிடும் என்பது தெளிவான உண்மை. ஆனால் இக்கருத்தை அவர் நினைத்துப்பார்க்கக்கூட ஒரு வாய்ப்பைத் தரவில்லை...

(புரு பேசாமல் இருக்கிறான்.)

புரியவில்லையா?

புரு : *(சிரித்தபடி)* புரிகிறது அம்மா, இதற்கு முன்பிருந்த சூழலில் இது புரிந்திருக்காமல் போயிருக்கலாம்... ஆனால் இப்போது என் மனம் புற்றைவிட்டு வெளியே வருகிற பாம்பைப் போல இருக்கிறது. இப்போது உங்கள் வார்த்தைகள் கடினமாகத் தோன்றுவதில்லை.

சர்மிஷ்டை : *(பேச்சைத் தொடர்ந்தபடி)* அவருக்குப் போகத்தைப் பற்றி நல்ல அனுபவங்கள் இருக்கின்றன. ஆனால் காதலைப் பற்றிய அனுபவம் எதுவும் இல்லை... அந்த அனுபவம் கிடைத்தபோது, சின்னப் பிள்ளைகள்போல உணர்வு களுக்குத் தர்க்கபூர்வமான காரணங்களைத் தேடுவதற்குக் கிளம்பிவிட்டார்.இந்த வார்த்தையில் அவருடைய அப்பாவித்

தனம்தான் தெரிகிறது புரு... அதெல்லாம் இருக்கட்டும், இப்போது என்ன நடந்தது, சொல்?

புரு : ஒன்றுமில்லை அம்மா, அப்பாவின் சாபத்தை ஏற்றுக் கொள்வதற்கு யாரும் தயாராக இல்லை. ஒரே ஒருவன் மட்டும் தயாராக இருக்கிறான் என்று சொல்லிவிட்டு அவன் பெயரைச் சொல்வதற்குத் தொடங்கினேன்...

சர்மிஷ்டை : அப்புறம்?

புரு : அப்பா அவன் பெயரைக் கேட்பதற்குக்கூடத் தயாராக இல்லை?

சர்மிஷ்டை : தயாராக இல்லையா?

புரு : ம்ஹூம். அதன் காரணத்தையும் சொல்லவில்லை... அவருக்கு அந்தப் பெயர் முதலிலேயே தெரிந்துவிட்டது போல...

சர்மிஷ்டை : யார் அது?

புரு : நான்தான்.

சர்மிஷ்டை : *(கோபத்தோடு)* புரு, முட்டாள்தனமாக நடந்து கொள்ள வேண்டாம்... காரணமே இல்லாமல் தன்னைத் தானே பலிகொடுப்பது வீழ்ச்சியின் அடையாளம்... *(புரு சிரிக்கிறான்.)* சிரிக்காதே... தியாகத்தின் மீதான விருப்ப மும்கூட ஒருவகையில் விஷம்தான், நினைவில் இருக்கட்டும்.

புரு : விருப்பமல்ல, ஆனந்தம்... எனக்கு இந்த வம்சத்தின் ஊற்றுக்கண்ணை அறிந்துகொள்ள வேண்டும் என்கிற ஆவல் இருக்கிறது...

சர்மிஷ்டை : மீண்டும் இறந்தகாலத்தின் கானல்நீரை நோக்கி ஓடவேண்டியிருக்கும்... சித்திரலேகாவின் நிலை என்னவாகும்?

புரு : அந்த ஒரு விஷயத்தை மட்டும் நினைவூட்ட வேண்டாம் அம்மா. புத்தம்புதிய பிறப்பின் வாசலில் நிற்கும் குழந்தையைப்போல நின்றுகொண்டிருக்கிறேன்... அந்த ஒரு வார்த்தையின் மூலமாக என்னைப் பின்னோக்கித் தள்ளிவிட வேண்டாம்...

(சட்டென நிலைகொள்ளமுடியாமல் விழுவதுபோலத் தள்ளாடுகிறான். அருகிலிருந்த ஓர் இருக்கையைப் பற்றிக்கொண்டு சமாளித்துக்கொள்கிறான். முகத்தில் கடும் வேதனை)

சர்மிஷ்டை : என்ன ஆனது புரு?

புரு : *(வேதனையில் சிரித்தபடி)* சாபம் அம்மா, சாபம். புதிய பிறப்பின் வேதனை!

யயாதி

நான்கு

(சாளரத்தின் அருகில் நின்றுகொண்டு சூனியத்தைப் பார்ப்பதுபோல வெளியே பார்க்கிறாள் சித்திரலேகா. கையில் சின்னஞ்சிறிய ஒரு பொருளை வைத்துக்கொண்டு, அதை அவள் விரல்கள் தன்னிச்சையாக உருட்டியபடியே இருக்கின்றன. பிறகு அலுப்புற்றவளாக, திரும்பிக் கட்டிலைநோக்கி வந்து சாய்ந்து உட்கார்கிறாள். மாளிகைக்குள்ளே எரிகிற தீபங்களைத் தவிர எல்லா இடங்களிலும் இருளே நிறைந்திருக்கிறது... சிறிது நேரத்துக்குப் பிறகு சுவர்ணலதா வருகிறாள். சித்திர லேகா அவளைக் கவனிப்பதில்லை.)

சுவர்ணலதா : தேவி!

சித்திரலேகா : ம்...

(தன் உள்ளங்கையில் இருந்த பொருளை அப்படியே மூடிக்கொள்கிறாள்.)

சுவர்ணலதா : ஏதாவது தீபம் அணைந்துபோயிருந்தால் மீண்டும் ஏற்றிவிட்டுச் செல்லலாம் என வந்தேன்... நீங்கள் விழித்திருப்பதைப் பார்த்தேன்...

சித்திரலேகா : வாத்தியங்கள் எல்லாம் முழங்கிக்கொண்டிருந்த வேளையில் எனக்குத் தூக்கம் வருகிறமாதிரி இருந்தது. ஆனால் அது எல்லாம் நின்றதுமே விழிப்பு வந்துவிட்டது.

சுவர்ணலதா : *(சாளரத்தின் பக்கம் சென்று)* எவ்வளவு ஆயிரம் பேர் நிற்கிறார்கள், பார்த்தீர்களா?

சித்திரலேகா : ம்..! ஆனால் இங்குள்ள மக்கள் மிகவும் அமைதியாக இருக்கிறார்கள். எங்கள் பக்கத்தில் பத்து ஆட்கள் ஒன்றாகச் சேர்ந்தாலே போதும், ஊரையே தலைமேல் தூக்கி வைத்துக்கொள்வார்கள். இப்படி ஆயிரக்கணக்கில் சேர்ந்தால் என்ன நடக்கும் என்பதைச் சொல்லவே முடியாது.

சுவர்ணலதா : *(அவளைப் பார்க்காமலேயே)* எங்கள் பக்கமும் பல சமயங்களில் அப்படிப்பட்ட கூட்டத்தினர் வருவார்கள்.

சித்திரலேகா : அப்படியென்றால் இன்றைக்கு என்ன நேர்ந்தது இவர்களுக்கு? ஒரு திருமண நாளன்று இருக்க வேண்டிய ஆனந்தம்கூடக் காணப்படவில்லையே... போகட்டும் விடு... சும்மா கேட்டேன்... ஆனால் நான் இந்த அந்தப்புரத்துக்கு வந்த பிறகு பார்த்த முதல் பொருள் என்ன தெரியுமா?

சுவர்ணலதா : என்ன?

சித்திரலேகா : இது...

(கையில் மூடிவைத்திருந்த பொருளைத் திறந்து காட்டுகிறாள்... சுவர்ணலதா அதைப் பார்த்து ஆச்சரியத்தில் மூழ்குகிறாள்.)

சுவர்ணலதா : இது எங்கே கிடைத்தது உங்களுக்கு?

சித்திரலேகா : இங்கேதான், கட்டில் காலுக்குக் கீழே... இது சந்திரவம்சத்துப் பட்டத்தரசியின் தாலிக்கொடியில் இருந்த ரத்தினம் அல்லவா?

சுவர்ணலதா : *(முகத்தைத் தாழ்த்திக்கொண்டு)* ம்...

சித்திரலேகா : நான் இதைப் பற்றி இதற்கு முன்னால் எவ்வளவோ கேள்விப்பட்டிருக்கிறேன்... என் கழுத்தில் இதை அணிந்து கொள்ளப் போகிறோம் என மகிழ்ச்சியில் பூரித்ததுண்டு... ஆனால் இதுபோலக் கிடைக்கும் என்று நினைத்துப் பார்த்ததே இல்லை... எப்படி இருக்கிறது, மருமகளுக்குக் கிடைத்த பரிசு?

சுவர்ணலதா : தயவுசெய்து, இனிமேல் இதைப் பற்றிப் பேச வேண்டாம் தேவி! அது இங்கே எப்படி வந்ததென்று கேட்காதீர்கள்.

சித்திரலேகா : சரி போகட்டும் விடு... உன் பெயர் என்ன?

சுவர்ணலதா : சுவர்ணலதா.

சித்திரலேகா : எங்கள் ஊரிலும் இதே பெயருடன் ஒரு பணிப் பெண் இருந்தாள். என் தோழி அவள். நல்ல புத்திசாலி. அது மட்டுமில்லாமல் மிகவும் நல்லவள்.

சுவர்ணலதா : அப்படியென்றால் நம் இருவருக்கும் இடையே உள்ள ஒற்றுமை பெயரில் மட்டும்தான்போலும் தேவி.

சித்திரலேகா : அப்படி ஏன் இருக்க வேண்டும்? அவளுடைய இடத்துக்கு நீ வந்திருக்கிறாய். அப்படி இருக்கும்போது,

அவளிடம் இருக்கும் குணங்களும் உன்னிடம் ஏன் இருக்கக் கூடாது? அது சரி, நானும் உன்னை சரோ என்று செல்லப் பெயரிட்டு அழைத்தால் தப்பொன்றும் இல்லையே?

சுவர்ணலதா : *(அதிர்ச்சியுற்று)* வேண்டாம் வேண்டாம்... அந்தப் பெயரைத்தவிர வேறு எந்தப் பெயராலும் அழைக்கலாம். "சுவர்ணா, சுவர்ணீ" என்று எப்படி வேண்டுமென்றாலும் சொல்லுங்கள். ஆனால் அந்தப் பெயர் மட்டும் வேண்டாம்.

(விசித்திரமான அமைதி)

சித்திரலேகா : சுவர்ணலதா, நான் சொன்னதைக் கேட்டு மனம் புண்பட்டுவிட்டதா? நான் ஏதோ, பேச்சுப் போக்கிலே சொல்லிவிட்டேன். அதற்கு ஏன் இப்படி ஆழ்ந்த மௌனத்தில் மூழ்கிவிட்டாய்?

சுவர்ணலதா : *(வேகமாக)* பொருட்படுத்தக்கூடிய ஒரு விஷயமே அல்ல இந்தத் திருமணம்..! உங்களைப் போன்ற இளம் பெண்ணுக்கு ஏன்தான் இப்படி நேர வேண்டுமோ?

சித்திரலேகா : அதில் வேதனைப்படுவதற்கு என்ன இருக்கிறது? என் பணிப்பெண் புஷ்பாம்பிகை சுக்கிராச்சாரியாரின் சாபத்தைப் பற்றி எல்லா விவரங்களையும் சொன்னாள். அதைக் கேட்டு இதயமே வெடித்ததைப்போல இருந்தது... நானும் இப்போது சந்திர வம்சத்துப் பெண்! இந்த வம்சத்தின் துக்கம் என்னுடைய துக்கமல்லவா?

சுவர்ணலதா : எதைச் சொல்வது உங்களுக்கு? *(சாளரத்தின் பக்கம் சென்று)* எவ்வளவு பேர் சேர்ந்திருக்கிறார்கள்... ஆயிரக் கணக்கில் ..! ஆயிரக்கணக்கிலான மக்கள் அப்படியே ஆயிரக்கணக்கிலான சிலைகளைப் போல நின்றிருக்கிறார்கள்.

சித்திரலேகா : நடந்த விஷயங்களெல்லாம் அவர்களுக்குத் தெரிந்திருக்குமா?

சுவர்ணலதா : உங்களைப் பார்ப்பதற்காகத்தான் அவர்கள் வந்தார்கள். இங்கே நடந்ததைப் பார்த்து அவர்களும் வேதனையில் மூழ்கியிருக்க வேண்டும்... *(சட்டென எச்சரிக்கையுணர்வோடு விழிப்புற்றவளாக)* என்னமோ தெரியவில்லை, இன்று என் நாக்குப் பிசகியபடியே இருக்கிறது... அதை விட... சிறிது நேரம் தாமதமாகவே வருகிறேன். நீங்கள் ஓய்வெடுத்துக்கொள்ளுங்கள்.

சித்திரலேகா : வேண்டாம், இங்கேயே இரு. நீ இல்லாவிட்டால் நானும் இந்த ரத்தினமும் மட்டும்தான் இருப்போம்... ஒரு விஷயம் கேட்கட்டுமா? என்னோடு வந்த பரிவாரங்கள் எல்லாம் தீப அலங்காரத்தைப் பார்ப்பதற்குச் சென்றது உண்மையா?

சுவர்ணலதா : இல்லை, ஓய்வெடுத்துக்கொள்வதற்காக அரண்மனையின் வலது பக்கத்தில் உள்ள விருந்தினர் மாளிகைக்கு அவர்கள் அனுப்பப்பட்டிருக்கிறார்கள்.

சித்திரலேகா : எவ்வளவு தொலைவில் இருக்கிறது அந்த மாளிகை? கூப்பிடு தூரமா?

சுவர்ணலதா : ம்ஹூம்.

சித்திரலேகா : அப்படி நினைத்துக்கொண்டேன் நான்.

சுவர்ணலதா : அந்தப் பேச்சே வேண்டாம் தேவி. இங்கே நின்று கொண்டு பார்த்தால் ஊர் முழுக்கத் தீப அலங்காரம் செய்திருப்பதைப் பார்க்க முடிகிறது, வாருங்கள்...

சித்திரலேகா : வேண்டாம், அப்போதே பார்த்துவிட்டேனே. இந்தத் தீபங்களைப் பார்ப்பதைவிட்டு, வெளியே நின்றிருக்கும் கூட்டத்தினரின் முகங்களைப் பார்க்கத் திரும்பி விடுகிறது என் பார்வை. மினுமினுக்கும் அந்தத் தீபங்களின் முன்னால் அவர்கள் முகம் பொலிவிழந்து காணப்படுவது அப்பட்டமாகத் தெரிகிறது... அதைவிட... எனக்கு ஒரு கதை சொல்.

சுவர்ணலதா : கதை சொல்ல வேண்டுமா? உங்களுக்கு என்ன கதை சொல்வது? நடக்க வேண்டிய கதையெல்லாம் கண் முன்னாலேயே நடந்துகொண்டிருக்கிறதே...

சித்திரலேகா : கண் முன்னால் நடக்காத கதை எதுவும் இல்லையா?

சுவர்ணலதா : இருக்கிறது. ஆனால், அதை இப்போது சொல்வதற்கில்லை.

சித்திரலேகா : ஏன், திருமணநாள் மாலை என்பதாலா?

சுவர்ணலதா : ம்...

சித்திரலேகா : அதற்கும் இதற்கும் என்ன தொடர்பு சுவர்ணா?

சுவர்ணலதா : பதினாறு வயதுக்கு அப்புறமாகப் பிடிக்கக் கூடிய கதைகளோடு திருமணத்துக்கும் தொடர்பு இருக்கிறது தேவி...

(சித்திரலேகா சிரிக்கிறாள். ஆனால் சுவர்ணலதாவின் ஆழமான துக்கத்தைக் கண்டு அமைதியாக இருக்கிறாள்.)

சித்திரலேகா : அப்படியென்றால் வேறு எதையாவது சொல். பொழுதே போவதில்லை. என்னைப் பற்றி உங்களுக்கெல்லாம் தெரிந்திருக்கிறது. என்னைவிட அதிகமாகவே தெரிந்திருக்கலாம்... உன்னைப் பற்றியும் சொல்லேன்...

(சுவர்ணலதா சட்டென உற்சாகமடைகிறாள். நடையிலும் பேச்சிலும் உற்சாகம் பொங்கிவழிகிறது.)

சுவர்ணலதா : *(சிரித்தபடி)* என் கதையில் என்ன இருக்கிறது? எல்லாவற்றையும் இரண்டு வரிகளில் அடக்கிவிடலாம்.

சித்திரலேகா : திருமணம் ஆகிவிட்டது, சந்தோஷமாக இருக்கிறேன், அவ்வளவுதானே?

சுவர்ணலதா : முதல் வரி சரி. இரண்டாவது வரி..? சரியாக இருந்தாலும் இருக்கலாம்... ஆனால் என்னைப் பொறுத்த வரையில் திருமணமாகிவிட்டது, கணவர் காணாமல் போய் விட்டார். பயப்பட வேண்டாம் தேவி, திருமணம் முடிந்த பத்து ஆண்டுகளுக்குப் பிறகு காணாமல் போய் விட்டார்...

சித்திரலேகா : எங்கே போனார்?

சுவர்ணலதா : ஏதோ ஒரு வேகம்... அவர் வீட்டில் இருந்ததே அபூர்வம். பேரரசரின் தேரோட்டியாக இருந்தார். அவரோடு சேர்ந்துதான் திரிந்துகொண்டிருந்தார்.

சித்திரலேகா : அதற்கப்புறம்?

சுவர்ணலதா : வாழ்க்கையில் அவருக்கு அதிக எதிர்பார்ப்புகள் இருந்தன. பெண், செல்வம், சுகம், வீரம் எல்லாவற்றையும் முதுகிலேயே கட்டிக்கொண்டு போய்விட்டார். மனத்துக்கு அமைதி கிட்டவில்லை... ஒருநாள் காலையில் எழுந்து பார்த்தபோது நான் ஒருத்தியாகவே கட்டிலில் கிடக் கிறேன்... பேரரசருக்கும் அவர்மீது நல்ல அன்பு இருந்தது... அவரும் தேடிப் பார்த்தார்... கிடைக்கவில்லை...

சித்திரலேகா : இதற்குக் காரணம் என்ன?

(சுவர்ணலதா பதில் சொல்வதற்குள் இசைக்கருவிகளின் முழக்கம் ஒலிக்கத் தொடங்குகிறது. சித்திரலேகா ஓடிச் சென்று சாளரத்தின் பக்கம் நின்று எட்டிப் பார்க்கிறாள். எதுவும் தெரியாமல் சுவர்ணலதாவின் பக்கம் திரும்பிப் பார்க்கிறாள்... அதற்குள் சுவர்ணலதா வலிப்பு வந்ததைப்போலச் சட்டென ஓவென்று அழ ஆரம்பிக்கிறாள்.)

சித்திரலேகா : இந்தக் கருவிகளின் முழக்கம் எதற்காக சுவர்ணலதா?

சுவர்ணலதா : நான் இங்கே வந்திருக்கக் கூடாது... வேறொருவரை அனுப்பியிருக்க வேண்டும்... உங்களை எதிர்கொள்ளும் துணிச்சல் எனக்கு ஆரம்பத்திலேயே இருக்கவில்லை. ஆனாலும் பார்த்துவிட்டுச் செல்லலாம் என்கிற ஆவலில் வந்தேன். உங்களிடம் சொல்வதற்கு வந்த விஷயத்தைச் சொல்லாமலே போய்விட்டேன்...நான் வந்திருக்கக் கூடாது... எனக்குப் பதிலாக இந்தப் பைத்தியக்கார ஆட்டத்தில் நம்பிக்கை வைத்த ஒருத்தி வந்திருக்க வேண்டும்.

சித்திரலேகா : சுவர்ணலதா, என்ன நடந்தது? ஒழுங்காகப் பேசு... உன் பைத்தியக்காரத்தனமான நடவடிக்கையைக் கொஞ்ச நேரம் நிறுத்து.

சுவர்ணலதா : *(அழுகையைக் கட்டுப்படுத்த முடியாமல்)* சொல்கிறேன்... ஆனால்... ஆனால் எப்படிச் சொல்வது?

சித்திரலேகா : அழும்படி என்ன நடந்தது உனக்கு? இன்றுதான் திருமணம் முடித்தவளைப் போல...

சுவர்ணலதா : *(சத்தமாக)* தேவி, இந்த நல்ல நாளும் அதுவுமாக அமங்கலமாகப் பேச வேண்டாம் தேவி!

சித்திரலேகா : அதெல்லாம் சரி, என்ன நடந்தது சொல்..?

சுவர்ணலதா : எங்கிருந்து தொடங்குவது தேவி? சுக்கிராச்சாரி யாரின் சாபத்தைப் பற்றி நீங்கள் கேள்விப்பட்டிருப்பீர்கள்... அதைக் கேட்ட சர்மிஷ்டை தப்பு என்னுடையது தான், என்னைச் சபியுங்கள் என்று அவர் பாதங்களில் விழுந்து புரண்டு கேட்டுக்கொண்டாள்...

சித்திரலேகா : அதுதான் தெரியும் என்று சொன்னேனே... பிறகு என்ன நடந்தது சொல்.

சுவர்ணலதா : ஆயிரக்கணக்கான மக்கள் முன்னால் அவருடைய காலடியில் பரதகுலக் கௌரவம் பொடிப்பொடியாக நொறுங்கியது. அதற்குப் பிறகு, "பேரரசரின் முதுமையை ஏற்றுக்கொள்ள ஒரு இளைஞன் கிடைத்தால் போதும்" என்று சாப விமோசனத்தையும் சொல்லிவிட்டுப் புறப்பட்டுச் சென்றுவிட்டார்...

சித்திரலேகா : அப்புறம்?

சுவர்ணலதா : அப்புறம் எப்படிச் சொல்வது தேவி? என் மேல் ஏன் இந்தச் சாபம்?

சித்திரலேகா : அடுத்து என்ன நடந்தது என்று சொல்லக் கூடாதா அசடே.

சுவர்ணலதா : திட்டுங்கள் தேவி. உங்களிடம் திட்டு வாங்கிக் கொள்வதில் எனக்கொன்றும் வருத்தமில்லை... பேரரசரின் முதுமையை ஏற்றுக்கொள்ள யாரும் முன்வரவில்லை. அதற்கப்புறம் ஒரே ஒருவர்தான் முன்வந்தார்...

சித்திரலேகா : யார்?

சுவர்ணலதா : இளவரசர்தான் தேவி! உங்கள் கணவர் புரு. திருமணம் முடித்த பதினைந்து நாட்களுக்குள்ளாகவே முதுமையை ஏற்றுக்கொள்கிறார். அதற்காகத்தான் இந்த வாத்திய முழக்கம்... இந்த ஆரவாரம்... இந்தச் சத்தம்...

(சித்திரலேகா மௌனமாக இருக்கிறாள்.)

கோபித்துக்கொள்ளாதீர்கள் தேவி... அழுவதாக இருந்தால் அழுதுவிடுங்கள்... அடக்கிவைக்கும் கண்ணீரைப் போன்ற பயங்கரம் வேறெதுவும் இல்லை... அழுது விடுங்கள்...

சித்திரலேகா : *(சிறிது நேரம் கழித்து)* ஏன் அழ வேண்டும் சுவர்ணா? நான் சிரிக்க வேண்டும்... ஆரியபுத்திரருக்கு நான் எப்படிப்பட்ட அநியாயம் விளைவித்திருக்கிறேன் தெரியுமா? அவர் பலவீனமானவர் என்று எண்ணியிருந்தேன். பேடி என்று அவரைத் தூற்றி, என் அதிர்ஷ்டத்தை எண்ணி நொந்து கொண்டேன். ஆனால் நான் எப்படிப்பட்ட அதிர்ஷ்டசாலி தெரியுமா சுவர்ணா? இப்படிப்பட்ட வெகுமதி வேறு எந்தப் பெண்ணுக்குக் கிடைத்திருக்கும்? அதற்காகத்தான் கேட் கிறேன், இந்தக் கண்ணீர் எதற்கு?

சுவர்ணலதா : அது ஆனந்தக் கண்ணீராகவும் இருக்கக்கூடும். ஆனால் இந்தப் புண்ணியம் இன்னும் கொஞ்சம் தாமத மாக வந்திருக்கக் கூடாதா?

சித்திரலேகா : இல்லை, இப்போது வந்ததே நல்லது... இல்லா விட்டால், இன்னும் சில நாட்கள் ஆரியபுத்திரரையும் என் விதியையும் பழித்தபடி ஒரு பைத்தியக்காரிபோல உட்கார்ந் திருப்பேன்... இப்போது பழிக்க வேண்டும் என்றால் என்

முட்டாள்தனத்தைத்தான் பழிக்க வேண்டும்... இதுவே அந்த ஆனந்தம்...

சுவர்ணலதா : அது... சிறிது காலம் அப்படித்தான் இருக்கும் தேவி... ஒரு விஷயத்தைச் சொல்ல மறந்துபோனேன். இசை முழக்கத்துக்குப் பிறகு இளவரசர் உங்களைப் பார்ப்பதாக இருந்தார்.

சித்திரலேகா : அப்போதேவா..? என்ன ஒரு பைத்தியக்காரி நான்? வாத்தியங்கள் முழங்கும்வரை காத்திருக்காமல், முதலிலேயே சொல்லியிருந்தால், நானே ஓடிச் சென்று அவர் காலடியில் விழுந்திருப்பேன்... சரி, அப்படியென்றால் நீ கிளம்பு...

சுவர்ணலதா : அப்படியே ஆகட்டும் தேவி.

(எழுந்து ஒவ்வொரு விளக்காக அணைத்தபடி வருகிறாள்.)

சித்திரலேகா : இது என்ன சுவர்ணா?

சுவர்ணலதா : அந்தப்புரத்தில் முதலிரவன்று தீபம் எரியக் கூடாது தேவி.

சித்திரலேகா : எல்லாவற்றையும் அணைக்க வேண்டாம் சுவர்ணா. எங்கள் ஆனந்தத்தின் அடையாளமாக ஒன்றிரண்டு இருக்கட்டும்... மனத்துக்கு நிறைவுண்டாகும் வகையில் அவரை எனக்குப் பார்க்க வேண்டும்போல இருக்கிறது.

(வெளியே புருவின் பெயரைச் சொல்லி வாழ்க முழக்கம் எழுகிறது.)

வந்துவிட்டார்கள்,... நீ கிளம்பு...

(சுவர்ணலதா மூலையில் இருந்த விளக்கை அணைக்காமல் புறப்படுகிறாள்.)

கிரீஷ் கார்னாட்

சுவர்ணலதா : வருகிறேன் தேவி. தேவைப்பட்டால் கூப்பிடுங்கள். நான் வெளியேயே இருக்கிறேன்.

(சுவர்ணலதா கிளம்புகிறாள். இருட்டில் புரு மெதுவாக வருகிறான். இருட்டில் அவன் முகத்தைப் பார்க்கமுடிய வில்லை. ஆனால் உடல் வளைந்திருக்கிறது. பேசும்போது குரல் நடுங்கு கிறது... அவனைப் பார்த்ததுமே சித்திரலேகா முன்னால் வந்து, அவனுடைய கைகளைப் பற்றிக் கட்டிலின் மேல் அமரவைக்கிறாள்.)

புரு : *(களைப்போடு)* சித்ரா...

சித்திரலேகா : ஓய்வெடுத்துக்கொள்ளுங்கள் ஆரியபுத்திரரே... அந்த முட்டாள் பணிப்பெண் எல்லா விளக்குகளையும் அணைத்துவிட்டுச் சென்றுவிட்டாள்.

புரு : சித்ரா!

சித்திரலேகா : என்ன?

புரு : நான் ஏதேனும் தவறிழைத்திருந்தால் மன்னித்துவிடு... உன்னைக் கேட்காமல்...

சித்திரலேகா : ஒன்றும் பேச வேண்டாம்... தப்பு என்னுடையது தான். உங்களுடைய பெருமையை நான் சரியாகப் புரிந்து கொள்ளவில்லை. இப்படிப்பட்ட புண்ணியமான செயலை நீங்கள் செய்யக்கூடும் என்று நான் நினைத்துப் பார்த்த தில்லை...

புரு : இது ஒன்றும் சாதாரணமான முதுமை இல்லை தேவி. அப்பா செய்த எல்லாப் பாவங்களின் சுமை... இந்த வம்சத்தின் சுமை... அதைச் சுமக்க...ம்... கிளம்பியிருக்கிறேன். உன் கை வேண்டும் தேவி...

சித்திரலேகா : அது என்ன ஆரியபுத்திரரே..? உங்களைத் தவிர என் இருப்புக்கான பொருள் வேறு என்ன இருக்கிறது?

புரு : எனக்குக் களைப்பாக இருக்கிறது தேவி... முதுமையின் வலி வந்துவிட்டது, ஆனால் அதைத் தாங்கிக்கொள்ளும் பக்குவம் வரவில்லை.

சித்திரலேகா : தயவுசெய்து ஓய்வெடுத்துக்கொள்ளுங்கள்...

புரு : அந்த விளக்கை அணைத்துவிடுகிறாயா?... கண்கள் வலிக்கின்றன... ஐயோ, போதும்போதுமென்றாகி விட்டது... என்னென்னமோ ஆகிறது.

சித்திரலேகா : அணைத்துவிடுகிறேன், ஆரியபுத்திரரே. அதற்கு முன்பாக உங்களுக்கு ஒரு முறை ஆரத்தி எடுக்கட்டுமா? ஒரே ஒரு முறை..?

புரு : இப்போதா? நான் அவர்களிடம் வேண்டாம் வேண்டாம் என்று சொன்னேன்... சரி, ஆகட்டும், சீக்கிரம் செய்து முடி.

(நெடுமூச்சு விடுகிறான். சித்திரலேகா ஓர் அகல்விளக்கை எடுத்து வந்து ஆரத்தி எடுக்கிறாள். அதன் ஒளி அவன் முகத்தின்மேல் விழுகிறது... அவனுடைய முகம் பயங்கரமாகத் தெரிகிறது... அதைக் கண்டு அஞ்சி அலறுகிறாள் சித்திரலேகா. அகல் விளக்கு தரையில் விழுகிறது.)

புரு : தேவி!

சித்திரலேகா : *(சத்தமாக)* என் அருகில் வர வேண்டாம்... இங்கிருந்து கிளம்பிச் சென்றுவிடுங்கள்... என்னைத் தொட வேண்டாம்.

புரு : *(அதிர்ச்சியடைந்து)* இது என்ன சித்ரா, நீதானே சொன்னாய்...

சித்திரலேகா : ஆமாம். நான்தான் சொன்னேன்... ஆனால் எனக்கு எதுவும் தெரியாது... என்னை நீங்கள் இப்போது மன்னித்து விடுங்கள்... அப்புறமாக வாருங்கள்... ஆனால் இப்போது போய் விடுங்கள்... வெளியே போய் விடுங்கள்... ஐயோ கடவுளே.

(அழுகிறாள். சுவர்ணலதா ஓடிவருகிறாள். புரு மெதுவாக எழுந்திருக்கிறான்.)

சுவர்ணலதா : தேவி...

சித்திரலேகா : இவரை வெளியே அனுப்பு சுவர்ணா... இது ஏன் இப்படி நடந்தது?... கடவுளே...

(சுவர்ணலதா புருவை வெளியே அனுப்புகிறாள்... புரு ஒரு வார்த்தைகூடப் பேசவில்லை... சுவர்ணலதாவுக்கும் என்ன செய்வதென்று எதுவும் தோன்றவில்லை... சித்திரலேகா தலையில் அடித்துக்கொண்டு அழுகிறாள்... சுவர்ணலதா மெதுவாக வந்து அவள் தலையின்மீது கையை வைக்கிறாள்.)

சித்திரலேகா : *(அச்சத்தால் பின்பக்கம் விலகி)* என்னைத் தொட வேண்டாம். நான் பாவி... என்னைக் கொன்றுவிடு... ஆனால் வெளியே போய்விடு... இங்கிருந்து... போய்விடு...

சுவர்ணலதா : தேவி, உங்களை நீங்களே இப்படிச் சபித்துக் கொள்ளக் கூடாது...

சித்திரலேகா : *(பைத்தியம் பிடித்தவள் போல)* ஆரியபுத்திரர்களுக்கு இருக்கக்கூடிய தகுதி எனக்கில்லை... என்ன செய்யட்டும்? நான் பாவி. கணவனையே வெளியே துரத்தியவள்...

ஆனால் இது என் தப்பல்ல சுவர்ணா... என்னால் இதைத் தாங்கிக்கொள்ள முடியவில்லை...

சுவர்ணலதா: அழு தேவி... நானும் இதையேதான் சொன்னேன். அழுது அழுது உன்னையே தேற்றிக்கொள்...

(கட்டிலுக்குப் பக்கத்தில் தரையில் அமர்ந்து தலையை நீவிக்கொடுக்கிறாள்... சித்திரலேகா சற்றே அமைதியடைகிறாள்... வெளியே சத்தம் கேட்கிறது... சுவர்ணலதா எழுந்து சென்று சாளரத்தை மூடுகிறாள்... திரும்பி வந்து முதலில் அமர்ந்திருந்ததைப்போலவே அமர்கிறாள்.)

சித்திரலேகா : *(வேதனையோடு)* சும்மா இருக்க வேண்டாம் சுவர்ணா... இந்த மயான அமைதி என்னை விழுங்குவதற்கு வந்ததைப்போல இருக்கிறது... பேசு... எதையாவது பேசிக்கொண்டே இரு...

சுவர்ணலதா : எனக்கும் அந்தப் பயம் இருக்கிறது தேவி. ஆனாலும் என்ன பேசுவது? *(மெல்ல)* என் கதையை உங்களுக்குச் சரியான முறையில் சொல்லவில்லை... இப்போது சொல்கிறேன்... இந்த அமைதியின் பயங்கரத்தைவிட அது ஒன்றும் பயங்கரமானதல்ல... உங்கள் நிலையைப்போலத் துரதிருஷ்டமானதுமல்ல...

என் அப்பாவுக்கு நான் ஒரே மகள். அவரிடம் செல்வம் எதுவும் இல்லை. ஓர் ஏழைப் பிராமணனுக்குச் சாப்பாடு போட்டு, அவன் மூலமாக எனக்குப் படிப்புச் சொல்லித் தரும் ஏற்பாடு செய்திருந்தார்... அந்தப் பிராமணனிடம் திறமை இருந்தது... புத்தி இருந்தது... ஆனால் ஒருவேளைச் சாப்பாட்டுக்காக, ஓர் ஏழைப் பிராமணனின் வளர்ந்து

நிற்கும் மகளுக்குக் கல்வி புகட்டுவதைக் கேள்விப்பட்டு மக்கள் கேலி செய்வார்களோ என்கிற அச்சம் அவனுக்கு இருந்தது... சாயங்கால வேளையில் தீபமேற்றிய பிறகு வந்து சொல்லிக்கொடுத்து விட்டு, இரவில் எங்கள் வீட்டிலேயே தங்கிக்கொள்வான்... அதிகாலை கருக்கலிலேயே எழுந்து போய்விடுவான்... நான் நன்றாகப் படித்தேன்... வளர்ந்தேன்... திருமணமும் நடந்துவிட்டது.

என் கணவர் ஆயிரத்தில் ஒருவர்... என் மகிழ்ச்சிக்காகத் தினமும் பாடுபட்டார். என்மீது அன்பு மழையையே பொழிந்து அதில் நனையவைத்தார். "என் சரோ, என் சரோ..." என்றுதான் அழைப்பார். நான் இல்லாமல் ஒரு குச்சியைக்கூட இங்கிருந்து அங்கே எடுத்துப் போட மாட்டார்... பத்து ஆண்டுக் காலம் இப்படியே கழிந்தது.

ஒரு நாள் அந்தப் பழைய ஏழைப் பிராமணனைப் பற்றிய செய்தியை அவர் தெரிந்துகொண்டார்... மனத்தில் சந்தேக விதை விழுந்துவிட்டது... நான் அப்படியெல்லாம் எதுவும் இல்லையென்று எவ்வளவோ எடுத்துச் சொன்னேன். சத்தியம் செய்தேன். கெஞ்சிக் கேட்டுக் கொண்டேன். அவர் சந்தேகம் தீரும் வகையில் ஏதேனும் சாட்சி இருந்திருந்தால் ஒருவேளை அவர் மன்னித்திருக்கக்கூடும்... ஆனால் சந்தேகத்துக்கு ஆதாரமே இல்லை. சந்தேகம் அவர் மனத்தில் ஒரு கடுஞ்சுமையாக அழுத்தியது. அதைக் கீழே தள்ளிவிட அவரால் முடியவில்லை...

நாள், மாதம், ஆண்டு எனக் காலம் கொஞ்சம் கொஞ்சமாக வளர்வதுபோலவே சந்தேகமும் வளர்ந்துகொண்டே போனது. இரவு முழுக்கப் படுக்கையில் புரண்டுபுரண்டு

படுப்பதைப் பார்த்து எனக்குச் சங்கடமாக இருந்தது... இத்தனைக்குப் பிறகும்கூட என்மீது அவர் வைத்திருந்த அன்பு எள்ளளவுகூடக் குறையவில்லை... அன்பின் வழி யாகவே அவரை மீட்டெடுக்க நான் மிகவும் முயற்சி செய்தேன்... ஆனால் அவர் கண்களில் சிலந்தி வலை போல வளர்ந்த சந்தேகம்...

அவரும் மறப்பதற்காக ஏதேதோ வழிகளைத் தேடினார்... பேரரசரோடு சண்டை போடுவதற்குப் போனார்... என்னைப் பழிவாங்குவதாக எண்ணிக்கொண்டு யாராரோ பெண்களின் பின்னால் சென்றார்... அமைதி கிடைக்க வில்லை... அதே சமயத்தில், சரோ நிரபராதியாக இருக்கக் கூடும் என்னும் விஷயத்தையும் அவர் மறக்கவில்லை... உள்மனப் போராட்டத்தில் தவித்தார்... வேதனை, வெறுப்பு, பொறாமையால் அவருடைய வாழ்க்கையே ஒரு நோயாக மாறிவிட்டது...

அவரை நான் எப்படி வெறுப்பது? ஆனால், என் அன்பு பெருகப்பெருக இரண்டு பிசாசுகளின் இடையே அவருடைய வாழ்க்கை கந்தலாகிக் கிழிந்துவிட்டது...

இறுதியாக அவருடைய மன அமைதிக்காக ஒரு வழியைக் கண்டுபிடித்தேன்... அந்த வேதனையைப் பற்றிய நினைவு வந்தாலே உடலெல்லாம் முள்குத்தியது போலாகிறது... அதைவிட மரணமே நல்லது... மரணத்தில் நிரந்தரத்தன்மை இருக்கிறது. விடுதலை இருக்கிறது... *(நிறுத்தி)* நான் என்ன செய்தேன் தெரியுமா? அன்று இரவு *என் கணவன் தூக்க மில்லாமல் புரண்டுகொண்டிருக்கும்போது அவரை எழுப்*

பினேன். அந்த ஏழைப் பிராமணன் என்னைக் களங்கப் படுத்தியது உண்மைதான் என்று ஒத்துக்கொண்டேன்.

சித்திரலேகா : *(அதிர்ச்சியடைந்து)* சுவர்ணா, பொய் சொன்னாயா?

சுவர்ணலதா : அத்தோடு அவருடைய வேதனைக்கு ஒரு முடிவு வந்தது . . . சரோவின் கதையும் முடிந்தது . . . ஆனால் சுவர்ணலதாவின் வேதனை முடியவில்லை... மறுநாள் அவர் காணாமல் போய்விட்டார். நான் இன்னும் சௌபாக்கியவதி என்றே சொல்லிக்கொள்கிறேன். ஒருநாள் என் கணவன் திரும்பி வந்தாலும் வரக்கூடும் . . . இல்லாவிட்டால் மரணத்திலாவது அவருக்கு நிம்மதி கிடைத்திருக்கலாம்...

(ஆடைக்குள்ளிருந்து விஷக்குப்பியை எடுக்கிறாள்.)

சித்திரலேகா : என்ன அது?

சுவர்ணலதா : சர்மிஷ்டையின் விஷக்குப்பி . . . நீ வருவதற்கு முன்னால் இந்த மாளிகையைச் சுத்தம் செய்யும்போது எனக்குக் கிடைத்தது... இந்த விஷம்... இதைப் பருகிவிட்டால் இந்த வாழ்வென்னும் நரகம் இல்லாமல் போய்விடும் . . . ஆனால் அதை அருந்த எனக்குத் துணிச்சல் இல்லை...

சித்திரலேகா : எங்கே கொடு பார்க்கலாம். எப்படி இருக்கிறது அந்தக் குப்பி?

சுவர்ணலதா : *(குப்பியை அவளிடம் கொடுத்தபடி)* தேவி, என் கதையைக் கேட்டால் உன் துக்கம் குறையக்கூடும் என்கிற எண்ணத்தால்தான இதையெல்லாம் சொன்னேன் . . . நம் துக்கத்தில் நாம் தனிப்பிறவிகளாகவே இருக்கிறோம், கிணற்றில் விழுந்தவரைப் போல. ஆனால் வேறொரு கிணற்றிலும்

அப்படி ஒரு குரலைக் கேட்டால், ஓரளவுக்காகவாவது தனிமை குறையக்கூடும்.

(வெளியே கைதட்டுகிற சத்தம். சுவர்ணலதா எழுந்து பார்க்கிறாள்.)

சுவர்ணலதா : தேவி, யயாதியும் சர்மிஷ்டையும்!

சித்திரலேகா : *(உணர்ச்சியற்றவளாக)* ஏன் இங்கே? நான் அவர்களைச் சந்திக்க விரும்பவில்லை என்று சொல்.

சுவர்ணலதா : அப்படிச் செய்ய வேண்டாம் தேவி... இன்றைக்கு இல்லாவிட்டாலும் நாளை இப்படி ஒரு தருணத்தை எதிர்கொண்டேதீர வேண்டும்... மனத்தை உறுதிப்படுத்திக் கொள்ளுங்கள்.

சித்திரலேகா : இல்லை, எதிர்கொள்ள முடியாது... சுவர்ணா, உன்னைப் போன்ற ஒரு தோழி கிடைத்தது கடவுளின் கருணை தான்..!

சுவர்ணலதா : பயப்பட வேண்டாம் தேவி, இதைவிடப் பெரிய வேதனை ஒன்றும் வரப்போவதில்லை...

(சுவர்ணலதா சித்திரலேகாவைத் தழுவிவிட்டு வெளியே ஓடிச் செல்கிறாள். யயாதி வருகிறான். சிறிது நேரம் கழித்து...)

யயாதி : சித்திரலேகா, ஏன் இப்படிச் செய்தாய்?

சித்திரலேகா : *(முகத்தை நிமிர்த்தாமல்)* என் தவறு ஏதேனும் இருந்தால் மன்னிக்க வேண்டும்...

யயாதி : தப்புமில்லை, ஒப்புமில்லை. போகட்டும் விடு, வீணாக வேதனைப்பட வேண்டாம்... உன் சூழலை என்னால் புரிந்து கொள்ள முடிகிறது... ஆனால் நீ படித்த பெண். யுத்தக் கலை

யிலும் வல்லவள்... இதற்கெல்லாம் இணையான வகையில் சுயக்கட்டுப்பாட்டோடும் இருந்திருக்க வேண்டும்... சரி, நடந்தது நடந்ததாகவே இருக்கட்டும்... இனிமேலாவது, அங்ககுல அரசகுமாரிக்கு, பரதகுலத்து மருமகளுக்குப் பொருந்தும் வகையில் நடந்துகொள்... உன் பெயரும் புருவின் பெயரும் வானுலகில் பேர்பெற்று விளங்குமாறு நடந்துகொள்.

(சித்திரலேகா பதில் சொல்வதில்லை...)

புத்திசாலிப் பெண்... எழுந்திரு... அழ வேண்டாம்... என்னால் நீ துக்கத்தில் மூழ்கும்படி ஆகிவிட்டது... ஆனால் உனக்கு ஒரு வாக்குறுதி கொடுக்கிறேன். சித்திரலேகா, புருவின் இளமையை நான் அதிகக் காலம் வைத்துக்கொள்ள மாட்டேன். என் விருப்பங்கள் நிறைவேறியதுமே திருப்பியளித்து விடுவேன்.

சித்திரலேகா : ம்.

யயாதி : சித்திரலேகா, உன் குரலைக் கேட்டதுமே என் இதயம் உறைந்துபோய்விட்டது... எங்கே ஒரு பைத்தியத்தைப் போல இரண்டு வீட்டுக்காரர்களுக்கும் வெட்கக்கேடு உண்டாகும் படி நடந்துகொள்வாயோ என்றெல்லாம்... சரி போகட்டும் விடு, நடந்ததெல்லாம் நடந்ததாகவே இருக்கட்டும்... இப்போது புரு வந்தால், அவனைச் சிரித்த முகத்தோடு ஏற்றுக் கொள்... உன் தியாகத்துக்காகப் பரத கண்டமே உனக்கு எவ்வளவு நன்றிக்கடன் பட்டிருக்கிறது என்று எண்ணிப் பார்க்கிற கற்பனை உன்னிடம் இல்லை... போ... புருவை அழை...

(பதில் இல்லை...)

சித்திரலேகா, தைரியமாகப் போ.

சித்திரலேகா : முடியாது.

யயாதி : என்ன?

சித்திரலேகா : மீண்டும் அவர் தன் இளமையோடு வந்தாலொழிய, அவரை இந்த மாளிகைக்குள் நுழையவிட மாட்டேன்.

யயாதி : சித்திரலேகா, நீ எங்கிருக்கிறாய் என்கிற யதார்த்தத்தைப் புரிந்துகொண்டிருக்கிறாயா? இது சந்திர வம்சத்தின் அரண்மனை. நான் கட்டளையிடுகிறேன். உன் மாமனா ராக அல்ல, அரசராக. அவனை உள்ளே போகவிடு...

சித்திரலேகா : *(அடிக்குரலில்)* அவர் வரட்டும்... நான் இந்த ராஜ்ஜியத்தைவிட்டே போய்விடுவேன்...

யயாதி : அப்படியென்றால் ஏன் திருமணம் செய்துகொண்டாய்? கடவுள் சாட்சியாக, அக்கினி சாட்சியாக என உறுதி எடுத்துக் கொண்டதெல்லாம் மறந்துபோனாயா? நீ அவனைப் பின்தொடர்ந்து செல்ல வேண்டும்... வீடு என்றால் வீட்டுக் குள்ளே, காடு என்றால் காட்டுக்குள்ளே...

சித்திரலேகா : இன்னொன்றை மறந்துவிட்டீர்கள். சிதை என்றால் சிதையிலே...

யயாதி : சித்ரா... கைப்பிடித்த கணவனுடைய மரணத்தையே விரும்புகிறாயா?

சித்திரலேகா : *(கோபத்துடன்)* அவரைச் சிதையில் தள்ளியது நானல்ல... நீங்கள் எனக்குப் புத்திமதி சொல்கிறீர்கள்... என் வேதனை என்னவென்று அறிந்துகொள்ளாமல் இவ்வளவு நீண்ட சொற்பொழிவை நிகழ்த்துகிறீர்கள்...

நீங்கள் என்ன செய்தீர்கள்? பாவம், ஒரு முட்டாள் மகன் கிடைத்தான்... அவன் கழுத்தில் உங்கள் பாவச் சுமையைக் கட்டித் தொங்கவிட்டு, இப்போது எனக்குப் பெண் என்றால் எப்படி இருக்க வேண்டும் என்று உபதேசம் வழங்குகிறீர்கள் அல்லவா?

யயாதி : சித்ரா!

சித்திரலேகா : நான் சத்தம் போட்டுப் பேசக் கூடாது என்று சொல்கிற நீங்கள் என் அந்தப்புரத்தில் வந்து ஏன் சத்தம் போடுகிறீர்கள்? நான் உங்களுக்கு மருமகளானேன், நீங்களும் என்னை மருமகளாக ஏற்றுக்கொண்டீர்கள்... அதற்குக் காரணம் என்ன? உங்கள் மருமகள் கல்வியறிவு கொண்டவளாக இருக்க வேண்டும்... வீட்டுக் கடமைகளில் தேர்ச்சிகொண்டவளாகவும் இருக்க வேண்டும் என்பதால் அல்லவா..? நான் வில்வித்தையிலும் தேர்ச்சிபெற்றவள்... இப்படிப் பல கலைகளில் தேர்ச்சிகொண்டவள் ஒருத்தியை வீட்டுக்கு அழைத்துவந்து, அவள் காலில் சனாதனச் சங்கிலிகளைக் கட்டமுனைகிற ஆட்டத்தை நீங்கள் ஆடுகிறீர்கள்... என் அண்ணன்கள் மூலமாக வனவிலங்கு களைக் கண்டு அஞ்சக் கூடாது என்கிற பாடத்தையும் நான் கற்றிருக்கிறேன்... உங்களைக் கண்டு பயப்பட வேண்டுமா?

யயாதி : *(தோல்வியை ஒப்புக்கொண்டு)* என்னை மன்னித்து விடு... குரலை உயர்த்திப் பேசியிருக்கக்கூடாது... ஆனால் ஒரு விஷயம் சொல்கிறேன்... கேள். சுக்கிராச்சாரியார் எனக்குச் சாபம் கொடுத்தபோது, நான் தடுமாறிவிட்டேன்... அதாவது, எனக்கு அமரத்துவம் பெற வேண்டும் என்கிற

வெறி எதுவும் என்னிடம் இல்லை, என் வெறியெல்லாம் ஒரே விஷயத்தில்தான், என் மக்கள்.

சித்திரலேகா : *(சிரித்து)* உங்கள் இளமைக்கும் உங்கள் மக்களுக்கும் தொடர்பு இருக்கிறது என்று நிறுவும் முயற்சியில் இறங்கி விட்டீர்களா?

யயாதி : சிரிக்க வேண்டாம்... அது உண்மை. நான் மேற்கொண்டி ருக்கிற பல வேலைகள் அரைகுறையாக உள்ளன... அவற்றை நிறைவேற்றும் முயற்சிகள் முற்றுப் பெறவில்லை. நான் அவற்றுக்கான வழிமுறைகளை மேற்கொண்டிருக் கிறேன்... கணக்கில்லாத மக்களையும் கணக்கில்லாத செல்வத்தையும் பலியாகக் கொடுத்து அவற்றைத் தொடங்கி வைத்திருக்கிறேன். புருவுக்கு அனுபவம் இல்லை. அவன் வேலையைத் தொடங்கினால் மீண்டும் அதே தவறுகள் நேரக்கூடும்... அவன் வெற்றி பெறுவான் என உறுதியாக நம்புவது எப்படி? இங்கே பார்... இந்த மொத்த சாம்ராஜ்ஜியத்தின் முன்னேற்றமே நீ எடுக்கிற முடிவில் தான் இருக்கிறது... *(பலவீனமாக)* எல்லா வேலைகளும் முடிந்த பிறகு புருவின் இளமையைத் திரும்பவும் கொடுத்து விடுவேன்... இப்போதாவது யோசித்துப்பார்.

சித்திரலேகா : யோசனை... யோசனை... ஐயா பெரியவரே... ரத்தத்தில் கலந்திருக்கிற பொறாமைகளுக்கும் தந்திரங் களுக்கும் யோசனை என்கிற பெயரைச் சூட்டி எனக்குப் போதும்போதுமென்று ஆகிவிட்டது... கண்மூடித் திறப்பதற்குள் பெண்களின் கன்னங்களில் விழும் சுருக்கங்கள் – இளமையைச் சுற்றிலும் காலம் நிகழ்த்தும் உறவு –

கிரீஷ் கார்னாட்

இவற்றைப் பற்றியெல்லாம் என்னைவிட உங்களுக்குத்தான் அதிகம் இருக்க வேண்டும்... உங்களையே கேட்கிறேன்... உங்கள் திட்டங்கள் எல்லாம் நிறைவேறுவதற்குள் என் வயது எத்தனை ஏறியிருக்கும் என்பதை உங்களால் நினைத்துப்பார்க்க முடியவில்லையா?

யயாதி : *(அவளைப் பார்த்தபடி)* இன்னும் கொஞ்ச காலம் தான்... நீ இன்னும் சின்னவள். பதினைந்து இருபது ஆண்டு கால அனுபவம் எனக்கு இருக்கிறது... இன்னும் ஐந்தாறு ஆண்டுகள் மட்டும் எனக்குக் கிடைத்தாலே போதும்... பூந்தோட்டமொன்று உனக்காக எழுப்புவேன்.

சித்திரலேகா : ஐந்தாறு ஆண்டுகள் மட்டும்..! மட்டும்..! என்ன வார்த்தை இது! மனித வாழ்க்கை என்பது பஞ்சாங்கத்தை அடிப்படையாக வைத்து நடப்பதில்லை... நாடி நரம்புகளின் இயக்கத்தை அடிப்படையாக வைத்து நடக்கிறது... எனக்குப் பூந்தோட்டம் எதுவும் வேண்டாம். பதினைந்து நாட்களுக்கு முன்னால் ஏராளமான தோட்டங்கள் என்னிடம் இருந்தன. ஆனால் இன்று – சூரியனைப் பாதித் தொலைவு சுற்றி வருவதற்குள்ளாகவே என் கட்டிலின் மேலே அரை நூற்றாண்டு ஓடிப் போய் விட்டது... என் தலையணையின் மேல் பதிந்திருக்கும் கனவுகளை மிதித்துக்கொண்டு போய்விட்டன. அது கிடக்கட்டும், உங்கள் ஐந்தாறு ஆண்டுக் காலக் கணக்கைப் பற்றி என்ன சொல்கிறீர்கள்?

யயாதி : இது தனி மனித அளவிலான பிரச்சினையல்ல சித்திரலேகா, இந்த ராஜ்ஜியத்தின் பிரச்சினை... ஒரு பக்கம் உன் உயிர்... இன்னொரு பக்கம் ராஜ்ஜியத்தின் பிரகாசமான முன்னேற்றம்...

சித்திரலேகா : ஆனால் நான் உயிரோடு இருக்கிற பிறவி. உங்கள் பிரகாசமான முன்னேற்றம் இன்னும் பிறக்கவே பிறக்காத ஒன்று. இல்லாத ஒன்றுக்காக இருப்பதை ஏன் கெடுத்துக் கொள்ளவேண்டும்?

யயாதி : ஆத்திரத்தின் சுழியில் அகப்பட்டுக்கொள்ள வேண்டாம் பெண்ணே..! அந்த முன்னேற்றம் வேறு யாருக்கோ நிகழ இருக்கிற முன்னேற்றம் அல்ல... அதில் உன்னுடையதும்கூட... நான் கட்டியெழுப்ப உள்ள பூந்தோட்டம் பொதுமக்களுக்காக மட்டுமல்ல, உனக்காகவும்தான். புருவுக்காக... நீங்களே அதன் அரசனும் அரசியுமாக இருப்பீர்கள்... கொஞ்சம் பொறுத்துக்கொள்ளுங்கள்.

சித்திரலேகா : எனக்குக் கருத்துத் தெரிந்த நாள்முதலாகவே நான் பொறுமையாகவே இருந்துவந்திருக்கிறேன்... இப்போது அதில் கொஞ்சம்கூட மிச்சமில்லை... எந்தப் பெண்ணிடம்தான் மிச்சமிருக்கும்?

யயாதி : அப்படிச் சொல்ல வேண்டாம்... இது சோதனைக் காலம்... நம் எதிர்காலம் மட்டுமல்ல, நம்முடைய வரலாறும் நம்மை உற்றுக் கவனித்துக்கொண்டிருக்கிறது... இதற்கு முன்னால் இப்படி ஒருபோதும் நிகழ்ந்ததில்லை... எதிர்காலத்தில் நிகழப்போவதும் இல்லை... இதற்கு முன்னால் எந்தப் பெண்ணின் முன்னிலையிலும் இப்படி யாரும் பேசியிருக்க மாட்டார்கள் என்பதை மறக்க வேண்டாம்... உன் அசாதாரணமான எழுச்சிக்கு இது ஒரு சோதனைக்காலம். நீ அசாதாரணமானவளாக மாறு சித்திரலேகா, அசாதாரணமானவளாக மாறு...

சித்திரலேகா : மாறுவேன் அரசரே... ஆனால் அந்த அசாதாரணத் தன்மையைக் கண்டு அஞ்சி ஓட வேண்டாம்... இவ்வளவு காரணங்களைச் சொல்லி, அவற்றின் பின்னால் ஒளிகிறீர்களே, இப்படி இனிமேலும் ஓடி ஒளிய வேண்டாம்.

யயாதி : *(எதுவும் புரியாதவனாக)* அப்படி என்றால்?

சித்திரலேகா : பேடிகளுக்கும் பொய் சொல்கிறவர்களுக்கும் தர்க்கப்புத்தி மிகவும் முக்கியம். நீங்கள் என்னைச் சுற்றியும் தர்க்கங்களை ஒரு சக்கர வியூகத்தைப்போலக் கட்டி யெழுப்பினீர்கள்... இப்போது அதன் தர்க்க ஒழுங்கு குலை வதை எதிர்கொள்ளும் துணிச்சல் உங்களுக்கு இருக்கிறதா?

யயாதி : வாய்க்கு வந்தபடி பேச வேண்டாம்... இன்றுவரை என்னைப் பேடி என்று அழைக்கும் துணிச்சல் யாருக்கும் இருந்ததில்லை...

சித்திரலேகா : அதற்கான சோதனைக் காலம்தான் இது... இதற்கு முன்னால் எப்போதும் இப்படி ஆனதில்லை, எதிர் காலத்திலும் இப்படி ஆவதற்கான சாத்தியமும் இல்லை என்று சொன்னீர்கள்... இதற்கு முன்னால் யாரும் நடந்துகொள்ளாத விதத்தில் நடக்கும் துணிச்சல் உங்களுக்கு இருக்கிறதா?

யயாதி : உன் வார்த்தைக்கு என்ன பொருள் சித்திரலேகா?

சித்திரலேகா : *(புன்னகை புரிந்தபடி)* இளவரசர் புருவை நான் மணந்துகொண்டபோது, அவரைப்பற்றிய அறிமுகம் எதுவும் எனக்குக் கிடையாது. நான் மணந்தது அவருடைய இளமையை; என் கருவில் சந்திர வம்சத்தை வளர்த்தெடுக்கும் ஆற்றலுள்ள அவருடைய ஆண்மையை. அவற்றையெல்லாம்

நீங்கள் எடுத்துக்கொண்டீர்கள். அவருக்கு இப்போது நடப்பதற்குக்கூடத் துணை வேண்டும்... பிரகாசமான ஒளியைப் பார்க்கிற சக்திகூட அவர் கண்களுக்கு இல்லாமல் போய்விட்டது... நான் மணந்துகொண்ட எந்தக் குணமும் அவரிடம் இப்போது மிச்சமில்லை... ஆனால்... ஆனால்... அந்தக் குணங்கள் எல்லாம் உங்களிடம் இன்னும் இருக்கின்றன...

யயாதி : *(என்ன பேசுவதென்றே புரியாத நிலையில்)* சித்திரலேகா!

சித்திரலேகா : உங்கள் மகனிடமிருந்து அவருடைய இளமையைப் பறித்துக்கொண்டீர்கள்... அப்படிப்பட்ட நிலையில் அதனுடன் தொடர்புடைய எல்லா விஷயங்களையும் ஏற்றுக் கொள்ள வேண்டும் என்பதுதானே தர்க்கத்துக்குச் சரியான விஷயமாக இருக்கும்!

யயாதி : பிசாசே! இப்படி ஒரு மட்டமான அழைப்பை என்னைப் பார்த்துச் சொல்லலாமா நீ?

சித்திரலேகா : ஏன் சொல்லக்கூடாது அரசரே? எளிய சாதாரண மான மக்கள் தன் பாதுகாப்புக்காக உருவாக்கிக்கொண்ட கட்டுப்பாடுதான் நீதி. சமூகத்திலே பிறந்தவர்கள் அனை வரும் வெள்ளத்தில் அடித்துச் செல்லப்படும் மரம் செடி கொடிகளைப் போலத் திசையெதுவும் அறியாமல் வேரில்லாமல் போய்விடக் கூடாது என்பதால் உருவாக்கப் பட்ட வழிமுறை..! நாம் அசாதாரணமானவர்களாக இருக்க வேண்டும்... இதற்கு முன்னால் எப்போதும் நடந்திராத சம்பவம் இது... இறந்த காலத்தின் நீதியென்னும் சங்கிலிகளை நாம் எதற்காகக் கட்டிக் கொள்ள வேண்டும்?

யயாதி : இது என்ன அருவருப்பூட்டும் செயல்! அங்க தேசத்து அரசகுமாரி நீ. உன் மூளையில் ஏன் இப்படியெல்லாம் அழுக்குகளை நிரப்பிவைத்திருக்கிறாய்?

சித்திரலேகா : நான் கற்ற கல்விக்குக் கொடுத்த விலை அது... அழகோடு சேர்ந்து அமங்கலமான குரூபமும் உண்மையின் வெவ்வேறு பாகங்கள் என்பதை ஒரு பேடி மட்டுமே புரிந்து கொள்ளாத குருடனாக இருப்பான்...

யயாதி : பேசாமல் இரு மிருகமே... மனிதர்கள் நடுவே வாழ்வ தற்கான மனிதத்துவத்தைக் கொஞ்சமும் நீ கற்றுக்கொள்ள வில்லையா?

சித்திரலேகா : எனக்கும் மனிதத்துவத்தில் நம்பிக்கை இருந்தது... ஆனால் உலகில் மனிதர்களே இல்லை... வெறும் முகமூடி கள்..! முகமூடிகள் மட்டுமே..! *(அவன் எதிரில் நின்று)* இந்த அரண்மனை ... மனிதத்துவத்தால் நிறைந்திருந்த உங்களைப் போன்ற மனிதர்களால் நிறைந்த அரண்மனை ... இந்த அரண்மனைக்கு மருமகளாக வந்த அன்று எனக்கு இங்கே என்ன கிடைத்தது தெரியுமா? முதலில் இது... இங்கிருந்து வெளியேறிப்போன என் அத்தைக்குச் சொந்த மானது.

(தன் கையிலிருந்த தாலிக்கொடியின் ரத்தினங்களை அவனிடம் காட்டுகிறாள்... அதைக் கண்டு யயாதியின் முகம் வெளுத்துப்போகிறது.)

தேவயானி அம்மாவின் தாலிக்கொடியின் ரத்தினம் தானே இது? இரண்டாவதாக இது. இன்னும் அத்தையாக ஆகாதவளுடையது.

(விஷக்குப்பியைக் காட்டுகிறாள்... யயாதி அதிர்ச்சியில் உறைந்துபோகிறான். சித்திரலேகா சாளரத்தைத் திறந்து வெளியே பார்த்தபடி அழுகிறாள்.)

யயாதி : மீண்டும் அதே வெறுப்பு! ஒரு பிறப்பில் கற்க வேண்டியதையெல்லாம் ஒரே நாளில் கற்கும் சூழல் வந்தது... நீ சொன்னது உண்மை. நம் மனம் பஞ்சாங்கத் தோடு சேர்ந்து செல்வதில்லை... அது சிற்சில சமயங் களில் சூறாவளியைப் போலப் பாய்கிறது... அதைப் பிடிப்ப தற்காகவே இந்த நீதி, இந்த உலகம்! அதை நான் ஒருநாளும் பொருட்படுத்தியதில்லை... ஆனால் பொதுமக்கள்... அவர்களை எப்படி உதைத்துக்கொண்டு செல்லமுடியும்? குழந்தைப் பருவத்திலிருந்தே என்னைச் சுற்றியும் ஆட்கள் இருந்தார்கள்... அவர்கள் புகழ்ந்து சொல்லக்கூடிய ஒரு வார்த்தைக்காகப் பத்து அஸ்வமேத யாகங்களைச் செய் திருக்கிறேன்... இவர்களுடைய பழிச்சொற்களைக் கண்டு அச்சமெதுவும் இல்லை என்று காட்டிக்கொள்வதற்காகப் பத்துப் பாவங் களையும் செய்தேன்... ஆனால் எதைச் செய்தாலும் இந்த மக்கள் என் வாழ்விலிருந்து பிரிக்க முடியாத பகுதியாகவே இருந்திருக்கிறார்க்ள்... இந்த முதுமையில் தனிமையாக இருப்பது முடியாத விஷயம்... இப்போது மக்கள்மீது எனக்கு எந்த நம்பிக்கையும் இல்லை... புரு இந்த முதுமையை ஏற்றுக்கொண்டபோது இந்த மக்கள் வெற்றி முழக்கமிட்டார்கள். ஆனால் அந்த முழக்கம் ஒரு மிகப்பெரிய விஷயம் நடந்தேறியிருக்கிறது என்பதன் அடையாளமாக இல்லை. அவன் அழிவைக் கண்டு அவர்கள் தமக்கெதுவும் நிகழவில்லையே என்று

நிம்மதியடைந்ததுபோலத்தான் தெரிந்தது... அது எதுவும் எனக்குப் புதிய விஷயமல்ல. நான் திக்விஜயம் செய்யப் புறப்படும்போது வழிநெடுக நின்று மழைக் காலத்தில் சத்தமிடும் வண்டுகளைப்போல முழக்கமிடுவார்கள் மக்கள்... அப்போதுகூட அவர்கள் கண்களில் ஆனந்தம் தெரியும்..! இந்தப் படைவீரர்கள் மரணக் களையோடு நடந்தாலும்கூடத் தற்காலிகமான பாதுகாப்போடு இருப்பதாக நினைத்துக்கொள்வார்கள்...இங்கே லட்சியம், புகழ், பராக்கிரமம் எதற்குமே எந்தப் பொருளுமில்லை... ஆனால் தனிமை மிகுந்த எதிர்காலம்! அதைவிட இந்த முட்டாள்தனம் மோசமானதுதான் என்றாலும் பரவா யில்லை... அந்த அச்சம் விலகுவதில்லை சித்திரலேகா..!

சித்திரலேகா : நமது மக்கள் உங்களுடைய பிரஜைகள்..! உங்கள் மருமகளின் அந்தப்புரத்தில் இந்த இரவு வேளையில் நீங்கள் தனியாக இருப்பதைப் பார்த்து அவர்கள் என்ன சொல்லக்கூடும்? சர்மிஷ்டை என்ன சொல்லக்கூடும், தெரியுமா?

யயாதி : அதற்காகவே சர்மிஷ்டையை என்னோடு அழைத்துக் கொண்டே வந்தேன். ஆனால், உன்னை மீண்டும் துயரத்தில் ஆழ்த்துவதற்கு விருப்பமில்லை என்று சொல்லி வர மறுத்துவிட்டாள். மக்கள் என்ன வேண்டுமானாலும் பேசிக்கொள்ளட்டும், பழி சொல்லட்டும்... என்னைப் பழிப்பதற்காகவாவது அவர்கள் எனக்கு வேண்டும். நான் அழிந்தாலும்கூட அதைப் பார்த்துக் கைதட்டுவதற்காக வாவது எனக்கு அவர்களுடைய நீதி வேண்டும்.

சித்திரலேகா : நீங்கள் இவ்வளவெல்லாம் தயங்கித் தயங்கி முனகுவதன் சாரமென்ன என்று பார்த்தால் புருவின் இளமையைத் திருப்பித் தரப்போவதுமில்லை, என்னை ஏற்றுக்கொள்ளப்போவதுமில்லை என்பதுதானே?

யயாதி : உன் பசுமையான வாழ்க்கையை என்னால் சுடு காடாக மாற்ற முடியும் என்பது உனக்கும் தெரியும். ஆனால் சர்மிஷ்டை சொன்னதுபோல இந்த ஆட்டத்தில் பதில் எதுவும் இல்லை, நான் ஆடிக்கொண்டே செல்ல வேண்டும் . . .

சித்திரலேகா : *(சிரித்து)* சர்மிஷ்டை அப்படிச் சொன்னாளா? நன்றாக இருக்கிறது போங்கள். இங்கே பாருங்கள் அரசே, ஆட்டத்தின் பதில்...

(விஷக்குப்பியைக் காட்டுகிறாள்.)

யயாதி : *(அஞ்சி)* சித்திரலேகா, முட்டாள்தனமாக எதுவும் செய்யவேண்டாம்...

சித்திரலேகா : முட்டாள்தனமா? உங்கள் வெற்றிகளுக்கு என் தேவை என்ன இருக்கிறது..? உங்களிடம் இளமை இருக்கிறது. புருவிடம் தியாகம் இருக்கிறது. நான் என்ன செய்யட்டும் இங்கே?

யயாதி : சித்திரலேகா, இரு, என் பேச்சைக் கேள்.

(முன்னால் சென்று அவளுடைய கையைப் பற்றுகிறான். ஆனால் தேள்கடி பட்டவனைப் போலச் சட்டெனப் பின்வாங்கிக் கொள்கிறான்.)

சித்திரலேகா : இப்போது பார்த்தீர்களா? நான் விஷத்தைக் குடிக்கக் கூடாது என்று சொல்கிறீர்கள். ஆனால் என்னைத் தடுப்பதற்குக் கை வரவில்லை...

யயாதி : அப்படியல்ல, நான் சொல்வதைக் கேள். *(சத்தமாக)* சர்மிஷ்டை!... பணிப்பெண்ணே!

(சித்திரலேகா விஷத்தைக் குடிக்கிறாள். முதலில் சிரிக்கிறாள். ஒரே கணத்தில் முகம் வேதனையில் துடித்து விகாரமடைகிறது... அவஸ்தையில் நலிந்துகொண்டிருக்கும் போது சர்மிஷ்டை ஓடி வருகிறாள் . . . அவளுடைய கையில் விழுகிறாள்.)

சுவர்ணலதா : தேவி! தேவி!

சித்திரலேகா : என்னைக் காப்பாற்று... என்னை இறக்கவிட வேண்டாம்... சரோ, என்னைக் காப்பாற்று... உயிர் பிழைக்கவை... சரோ ... சரோ ...

(இறந்துவிடுகிறாள்)

சுவர்ணலதா : ஐயோ தேவி! *(அவள்மீது விழுந்து அழுகிறாள்)*

சர்மிஷ்டை : என் விஷக்குப்பி அவள் கைக்கு எப்படிக் கிடைத்தது?

யயாதி : வைத்தியரைக் கூப்பிடு சர்மிஷ்டை, ஆட்களிடம் வைத்தியரை அழைத்துவரும்படி சொல்லி அனுப்பு.

சர்மிஷ்டை : பேசாமல் இருங்கள். இந்த விஷத்துக்கு எந்த வைத்தியர் வந்தாலும் பயன் இல்லை...

யயாதி : எனக்கு அவள கையைப் பற்றும் துணிச்சல் வரவில்லை. அவள் திருமணமான பெண்தான். இருந்தாலும்,துணிச்சல் வரவில்லை...

சர்மிஷ்டை : *(கோபத்தோடு எழுந்து)* திருமணமானவள்... விதவை... கன்னி . . . யாராக இருந்தால் என்ன? நீங்கள் அவள் வாழ்வையே சாம்பலாக்கிவிட்டீர்கள். நான் வேண்டாம் என்றேன். நீங்கள் கேட்கவே இல்லை... உங்களுக்கு இளமை ஆசை மூண்டுவிட்டது. எதிர்காலத்தைப் பற்றிய ஆசை வந்துவிட்டது.

யயாதி : பேசாமல் இரு சர்மிஷ்டை . . .

(சட்டென சுவர்ணலதா சிரிக்கிறாள். சித்திரலேகாவின் உயிரற்ற உடலைப் பார்த்தபடி எழுந்து நிற்கிறாள்.)

சுவர்ணலதா : நான்தான் அவளைக் கொன்றுவிட்டேன், அவள் மிகவும் மனம் வதங்கிப்போயிருந்தாள் . . .

சர்மிஷ்டை : என்ன சொல்கிறாய் சுவர்ணா?

சுவர்ணலதா : ஆனால் மரணத்திலும் அமைதியில்லை... "சரோ என்னைக் காப்பாற்று, காப்பாற்று..." மரணத்திலும் இன்பம் இல்லை . . .

சர்மிஷ்டை : சுவர்ணலதா, சுவர்ணா . . .

(சுவர்ணலதாவைப் பிடித்து அசைக்கிறாள்... அவளுக்கு முழு நினைவு திரும்புகிறது . . . சித்திரலேகாவின் முகத்தைப் பார்த்து "பாவம், காப்பாற்று சரோ" என்று சொன்னபடியே துடிக்கிறாள். எழுந்து உட்கார்கிறாள்.)

சர்மிஷ்டை : இங்கே இருக்கிறது, உங்கள் எதிர்காலத்தின் அடிக்கல். ஒருத்தியின் உயிரற்ற உடல். இன்னொருத்தி சுயநினைவில்லாத பைத்தியம். இன்னொருத்தி பத்தினியாக இருக்க முடியாதவள் . . . *(கிளம்புகிறாள்)*

யயாதி : எங்கே கிளம்பிவிட்டாய்?

சர்மிஷ்டை : அரண்மனைக்கு முன்னால் ஆயிரக்கணக்கான ஆட்கள் இருக்கிறார்கள்... அவர்களுக்கு இந்த விஷயம் தெரியும் முன்பாக நான் கிளம்பிச் செல்ல வேண்டும். இந்தப் பாவம் என் தலைமேல்தான் விடியும் அரசே..!

யயாதி : போகும்போது புருவை உள்ளே அனுப்பிவைப்பாயா? பாவம், அவன் கவலைப்பட்டுக்கொண்டிருக்க வேண்டும்...

சர்மிஷ்டை : அதைப் பற்றி உங்களுக்கென்ன கவலை? உங்கள் முதுமைச் சுமையைச் சுமந்து அவனும் களைத்துப் போயிருக்கிறான்... இங்கிருந்து போன பிறகு வெளியே கட்டிலில் உட்கார்ந்து தூங்கி வழிகிறான்.

யயாதி : அவனை உள்ளே அனுப்பு. அப்புறம் எனக்காகக் காத்திரு...

சர்மிஷ்டை : உங்களுக்காகக் காத்திருப்பதா?

யயாதி : பரத குலத்தவர்கள் வானப்பிரஸ்தம் செல்லும்போது சங்கநாத முழக்கங்களால் ஊரே அதிர்வது வழக்கம். இன்று என்னோடு இந்தப் பணிப்பெண்ணின் அழுகை! கெட்ட சேதியைக் கேள்விப்பட்டு மக்கள் திரண்டு இரைச்சலிடும் முன்பாகவே நான் உன்னோடு வந்துவிடுவேன்...

சர்மிஷ்டை : *(வெறுப்போடு)* மக்களின் இரைச்சலைத் தவிர வேறெந்த உணர்வும் உங்கள் மனத்தில் எழவில்லையா?

யயாதி : அப்புறம் சொல்கிறேன்... இப்போது முதலில் போ...

(சர்மிஷ்டை கிளம்புகிறாள்... யயாதி சித்திரலேகாவின் உயிரற்ற உடலைப் பார்த்தபடி நிற்கிறான். சுவர்ணலதா தனக்குத் தானே சிரித்தபடி சித்திரலேகாவின் உடலை நீவிக் கொடுக்கிறாள்.

யயாதியின் உறுதியில் பாதி குலைந்து காணப்படுகிறது... தொடர்ந்து நிகழும் உரையாடலில் அவன் மேலும்மேலும் சோர்ந்து போகிறான்.)

என் தலைக்குள் தேன்கூடு கலைந்துபோனதுபோல உள்ளது. பெண்ணே, விஷத்தின் அனலில்கூட வாழ்வின் ஆசை போகவில்லையா?

(சிறிது நேரத்திலேயே சர்மிஷ்டையின் உதவியோடு புரு உள்ளே வருகிறான். தொடர்ந்து நிகழும் உரையாடலில் யயாதி பலவீனனாகி நலியநலிய, புருவின் உடல் மெல்ல மெல்ல உறுதியடைந்ததாக மாறுகிறது.)

புரு : என்ன அப்பா?

யயாதி : நான் உன்னிடம் ஒரு விஷயம் சொல்ல வேண்டும், உன் இளமையை நீ மீண்டும் வாங்கிக்கொள்.

புரு : ஏன் அப்பா? உங்கள் மூலமாக இன்னும் பல விஷயங்கள் நடைபெற வேண்டும். அப்பா, மிகவும் களைப்பாக இருக்கிறது. என்னை... கட்டிலின்மீது உட்காரவையுங்கள். எனக்கு இளமை வேண்டாம் அப்பா...

(கட்டிலின் பக்கமாகச் செல்கிறான். அதன்மீது கிடத்தப்பட்டிருக்கும் சித்திரலேகாவின் உயிரற்ற உடலைக் கண்டு நடுங்குகிறான்... சர்மிஷ்டையும் அழுகிறாள்.)

புரு : ஆ, இது என்ன?

யயாதி : உன் மனைவி சித்திரலேகா. அவள் விஷம் குடித்து விட்டாள் புரு...

சர்மிஷ்டை : பேரரசர் புருவுக்குக் கிடைத்துள்ள முதல் வெற்றி!

கிரீஷ் கார்னாட்

(புரு சித்திரலேகாவை உற்றுப் பார்க்கிறான்.)

புரு : அவள் போனால் போகட்டும். நான் எந்தத் தியாகத்துக்கும் தயாராக இருக்கிறேன்...

சர்மிஷ்டை : பேரரசருடைய முதுமையோடு, அவருடைய சுபாவமும் உனக்கு வந்துவிட்டதா புரு? அந்தப் பெண், பாவம், அங்கே செத்துக் கிடக்கிறாள். உங்கள் தியாகத்துக்காகவும் அவளுக்காகவும் அழுவதற்கு அரண்மனையின் ஒரு பணிப்பெண்ணைத் தவிர வேறு யாரும் இல்லையா?

புரு : முதுமையடைந்த கண்கள்... அவற்றில் கண்ணீரெல்லாம் வற்றிப்போய்விட்டன...

சர்மிஷ்டை : அதீதமான தியாகமும்கூட ஒருவகையில் மோகம் தான். அதுமட்டும் ஏன் வற்றிப்போகவில்லை புரு?

யயாதி : ஏனென்று கேட்கவேண்டாம் புரு. எனக்கு எல்லாமே போதும்போதுமென்றாகிவிட்டது... சர்மிஷ்டை, போகத்தின் மீதான ஆசை எரியும் நெருப்பைப்போல வாழ்வையே பலி வாங்கிவிடுகிறது. முதுமை என்றதும் அஞ்சி, இயற்கையின் சுழற்சியையே மாற்றினேன்... ஆனால் இந்த அகால வேலையில் கிடைத்த இளமையால் அதையும் சாதிக்கமுடியவில்லை... புரு, உன் இளமையை மீண்டும் திருப்பி வாங்கிக் கொள்... நல்லபடியாக அரசாட்சி செய்... சித்திரலேகாவின் மரணத்தைப் போன்ற பாடம் வேறொன்றும் இல்லை.

(யயாதி புருவைத் தழுவிக்கொள்கிறான். இருவரும் விலகும் போது புரு இளமையோடு காணப்படுகிறான். யயாதி வலிமை குன்றியவனாகக் காணப்படுகிறான்... அதற்குப் பிறகு, சர்மிஷ்டையின் காலில் விழுகிறான் புரு.)

யயாதி : நட சர்மிஷ்டை... நாம் இரவு முடிவதற்குள்ளாகக் காட்டை அடைய வேண்டும்...செய்த பாவங்களை அடர்ந்த காட்டில் கழிக்க வேண்டும்... இந்த ஊரில் இளமையைக் கழித்தேன். முதுமை காட்டுக்கானதாக இருக்கட்டும்...

(யயாதியும் சர்மிஷ்டையும் புறப்படுகிறார்கள். எங்கும் அமைதி. கட்டிலின்மேல் ஒரு மூலையில் சுய உணர்வில்லாத நிலையில் சுவர்ணலதா அமர்ந்திருக்கிறாள்... புரு மெதுவாகக் கட்டிலின் அருகில் செல்கிறான். நெடுநேரம் அவளையே பார்த்த படியே நிற்கிறான்.)

புரு : சாவதற்காகவே உன்னை அழைத்து வந்ததுபோல ஆகி விட்டது. ஆனால் நீ எங்களுடையவளே அல்ல தேவி. பல ஜென்மங்களாகத் தொடர்ந்துவரும் ஒரு நன்றிக்கடனைத் தீர்ப்பதற்காக வந்ததுபோல எங்களுக்கெல்லாம் புத்தி கற்பிக்க வந்தவள்... உன் தற்கொலையின் பொருள் மட்டும் எங்களுக்குப் புரியவில்லை.

(அமைதி... பிறகு பாதிக் குரலில்.)

இவற்றின் பொருள் என்ன கடவுளே, இவற்றின் பொருள் என்ன?

○

கிரீஷ் கார்னாட்டின் பிற நாடகங்கள்

நாகமண்டலம்

ரூ.160

ஒரு பெண், அவள் கணவன், ஒரு பாம்பு. இந்த மூன்று கதாபாத்திரங்களையும் சுற்றிப் பின்னப்பட்டுள்ள வசீகரமான புதிர்தான் கிரீஷ் கார்னாடின் நாகமண்டலம். பெண்ணின் கற்பு என்னும் கற்பிதத்தைக் கேள்விக்குள்ளாக்கும் இந்த நாடகப் பிரதி பெண்ணின் பாலுறவுத் தேர்வு குறித்த நுட்பமான அவதானிப்புகளை முன்வைக்கிறது.

கார்னாட் இந்தக் கதையை நேரிடையாகச் சொல்லவில்லை. ஒவ்வொரு நாள் இரவும் ஒவ்வொரு வீட்டிலும் மனிதர்கள் படுக்கச் செல்வதற்கு முன் தீபங்களை அணைப்பார்கள். அதன் பிறகு அந்த தீபங்கள் தத்தமது வீடுகளை விட்டு வெளியேறி ஊருக்கு வெளியே ஒன்றுகூடித் தமக்குள் உரையாடிக்கொள்வதாக ஒரு நம்பிக்கை கர்நாடகத்தில் உண்டு. ஒவ்வொரு வீட்டிலும் நடைபெறும் கதையை அந்த தீபங்கள் தங்களுக்குள் பரிமாறிக்கொள்வதாக அந்த நம்பிக்கை நீட்சி அடைகிறது. தீபங்களின் உரையாடலாக இந்தக் கதையாடலைக் காட்சிப்படுத்துகிறார் கிரீஷ் கார்னாட். மரபுவழிப்பட்ட நம்பிக்கையின் துணை கொண்டு மரபார்ந்த சில நம்பிக்கைகளைக் கேள்விக்கு உட்படுத்துகிறார்.

அனலில் வேகும் நகரம்

ரூ.125

நகரத்தில் வாழும் வளமான குடும்பங்களின் வாழ்க்கைமுறையையும் ஏழ்மைமிக்க குடும்பங்களின் வாழ்க்கைமுறைமையையும் குறுக்குவெட்டுத் தோற்றத்தில் காட்சிப்படுத்துகிறார் கிரீஷ் கார்னாட். செல்வந்தர்கள், ஏழைகள் என்னும் நிலைகளைக் கடந்து கசப்புகள், ஏமாற்றங்கள், தந்திரங்கள், நடிப்புகள் என அனைத்தும் எல்லோருடைய ஆழத்திலும் உறைந்திருப்பதை நாடகம் சித்திரிக்கிறது. அனலில் கொதியேறும் தண்ணீர்க் குடங்களைப் போல எல்லோருமே ஏதோ ஒன்றைத் தேடியலைந்து நிராசைகளையும் வெறுப்புகளையும் நெருப்பெனச் சுமந்து, அந்த அனலிலேயே வெந்து வெந்து சாம்பலாகிப்போகிறார்கள். 'இனிது இனிது நகரம் இனிது' என்னும் குரலும் 'கொடிது கொடிது நகரம் கொடிது' என்னும் குரலும் இணைந்தே எங்கெங்கும் ஒலிக்கின்றன. தடைகளென இருக்கும் மரங்களை வெட்டிச் சாய்க்கிற அரசாங்கச் சட்டத்தைப் போல வாழ்க்கைச் சக்கரம் எல்லோர் மீதும் ஏறி நசுக்கிக் கூழாக்கியபடி ஓடிக்கொண்டே இருக்கிறது.

அஞ்சும் மல்லிகை

ரூ.160

அயல்தேசப் பயணம் என்னும் புதுமை நமது நாட்டில் கடந்த காலத்தில் புறத்தே பெருமைக் குரியதாகவும் அகத்தே அச்சத்துக்குரியதாகவும் கருதப்பட்டது. மேற்படிப்புக்காகவும் வேலைவாய்ப்புகளுக்காகவும் அயல்நாடுகளை நோக்கி தினந்தினமும் பயணப்படும் இன்றைய தலைமுறையினருக்கு அக்காலத்தின் பெருமையும் அச்சமும் விசித்திரமாகத் தோன்றலாம். கால மாற்றத்தின் தடங்களை இன்று நமக்கு உணர்த்தும் சான்றுகளாக இருப்பவை இலக்கியப் பிரதிகள் மட்டுமே. கன்னட நாடக ஆசிரியரான கிரீஷ் கார்னாட் சமூகப் பின்னணியில் எழுதிய நாடகங்களில் ‘அஞ்சும் மல்லிகை’ மிக முக்கியமானது. அஞ்சும் மல்லிகைகளாக வெளிநாட்டுக்குச் சென்ற அக்காலத்து இளந்தலைமுறையினரின் குழப்பங்களையும் கனவுகளையும் இன்பங்களையும் துன்பங்களையும் சிறுசிறு காட்சிகளாக முன்வைக்கிறது நாடகப் பிரதி. ஒருபுறமும் நிற வேற்றுமையால் உருவாகும் கசப்புகளுக்கும் தடுமாற்றங்களுக்கும், மறுபுறம் பால்யத்தில் நிகழ்ந்த பாலியல் பிறழ்வனபவத்தை நினைத்து வதைபடுவதால் நேரும் நிலைகுலைவுகளுக்கும் இடையில் வாழ்க்கை ஊசலாடுகிறது.

சிதைந்த பிம்பம்

ரூ.60

பேரும் பெருமையும் மனிதர்களின் ஆழ்மனத்தில் உறங்கும் விருப்பங்கள். ஒருசிலர் அவற்றை நேர்மையான உழைப்பின் வழியாக அடைந்து மகிழ்கிறார்கள். அதே நேரத்தில் உழைப்புச் சோம்பேறிகளும் ஊக்கமற்றவர்களும் அவற்றைக் குறுக்குவழியில் அடைந்து முன்வரிசைக்கு வந்து நின்றுவிடுகிறார்கள். சமூகத்தில் அவர்களுடைய பிம்பங்கள் நாள்தோறும் ஊதிப் பெருக்கப்படுகின்றன. என்றேனும் ஒருநாள் மனசாட்சி கேள்விக்கணைகளைத் தொடுக்கும் தருணத்தில் அவர்களுடைய பிம்பங்கள் சிதைந்து மண்ணோடு மண்ணாகிப் போகின்றன. மாபெரும் நாவலொன்றை ஆங்கிலத்தில் எழுதி வெற்றியும் புகழும் பெற்றவளாக உலகத்தாரால் பாராட்டப்படும் மஞ்சுளா நாயக்கை நோக்கி அவளுடைய மனசாட்சி எழுப்பும் தீவிரமான கேள்விகள் வழியாகவும் அவள் வழங்கும் பதில்கள் வழியாகவும் விரிவடைகிறது நாடகம். ஒரு கட்டத்தில் நெருப்புப் பிடித்த கூரை சரிந்துவிழுவதுபோல மஞ்சுளா நாயக்கின் பிம்பமும் பெருமையும் சிதைந்து சரிகிறது. அக்காட்சியை அருமையான நாடகத் தருணமாக மாற்றியுள்ளார் கிரீஷ் கார்னாட்.

திருமண ஆல்பம்

ரூ.160

சூதாட்டத்துக்குரிய தந்திரங்களோடும் பேராசைகளோடும் நிகழும் திருமணங்கள் ஏராளம். இரு உள்ளங்கள் இணைந்து இல்லற வாழ்க்கையைத் தொடங்கவிருக்கும் இனிய தருணத்தை, அவர்களைச் சூழ்ந்து நெருங்கியிருக்கும் உறவினர்களின் எதிர்பார்ப்புகளும் சினமும் வன்மங்களும் கசப்புகளும் பொருளற்றதாக ஆக்கிவிடுகின்றன. திருமணத்தைவிட திருமணத்துக்காகச் சேர்ந்திருப்பவர்களின் நோக்கங்கள் முக்கியமானவையாகக் கருதப்படும் அபத்தம் நிகழ்கிறது. அவை அனைத்தையும் ஒருசேரத் தொகுத்து முன்வைக்கிறது கிரீஷ் கார்னாட்டின் 'திருமண ஆல்பம்'. பசுமையான நினைவைத் தூண்டும் நிழற்படங்களின் தொகுப்பாக அமைய வேண்டிய திருமண ஆல்பம் நிராசைகள், ஆணவங்கள், பெருமூச்சுகள், ஏமாற்றங்களின் தொகுப்பாக மாறிவிடுகின்றது.